நாலடியாரும் என் நாலடியும்

சூரியபுத்திரன்

ISBN 979-888606637-1

தமிழ் வாழ்த்து

ஆதிசிவனோ அடியெடுத்து கொடுக்க

முச்சங்கம் வளர்ந்த மூத்த செந்தமிழே!

மூச்சிலே கலந்த முழுசுவாசம் நீ !

அகத்தியர் வளர்த்த அருந்தமிழே !

அகிலமெல்லாம் போற்றும் செந்தமிழே!

எட்டுத்தொகையும் பத்துப்பாட்டும்

எழிலான மேல்கணக்கும் கீழ்கணக்கும்

பெரியன ஐந்தும் சிறியன ஐந்தும்

மூத்த குடிவளர்த்த முத்தமிழே !

நாசிக்காற்றும் நசிந்து போனாலும்

நாடித்துடிப்பான நல்லுயிர் தமிழே !

கன்னித்தமிழே நீ காதலின் தமிழ் !

கிழிந்து போவது போல் கிழப்பருவம்

ஆகி கோலூன்றி நடந்தாலும் தமிழே !

என்னை தாலாட்டும் பிள்ளைத்தமிழ் !

உலகத்தை ஆட்சி செய்யும் தமிழே !

வானியலும் , வாழ்வியலும் , மாறாத

மருத்துவமும் , இலக்கணமும் , இன்ப

இலக்கியமும் எங்கள் வாழ்வோடு

கலந்த இன்பத்தமிழே ! கருவறையில்

கேட்டு கல்லறையிலும் ஒலிக்கும்

ஓங்கார தமிழே உலகமெங்கும் நீ

நீடூழி வாழ்க நிரந்தரமாக வாழவை

மங்காத எங்கள் செந்தமிழே!

பொருளடக்கம்

அணிந்துரை

குலதெய்வ வாழ்த்து

அந்தமுமாகி ,ஆதியுமாகி, இன்பமுமான ஈசனுமாகி
உடலாகி , ஊணாகி ,என்னுயிராகி ஏகாந்தமாகி
ஐம்புலனாகி , ஐம்பூதமாகி, ஒலியாகி ஓங்காரமாகி
சிவமதமாகி , வன்னிய குலமானவனே!
ஓடதமாகி , அஃகெனும் ஆயூதெழுத்தாகி அகிலமாகி
கருவாகி, உருவாகி, உயிராகி,ஊனாகி,
உடம்பாகி, உனதாகி , எனதாகி உள்ளமாகி,
அக்கினியில் பிரவேசமான ஆண்டவனே !
மரமாகி , செடியாகி , மலராகி , தேனாகி
மலையாகி , கடலாகி , மீனாகி, பாம்பாகி,
இசையாகி , நாதமாகி , தாளமாகி , ஓசையாகி,
ஐம்புமகரிஷியாகி கோத்திரமாகிய ஆண்டவனே !
ஒளியாகி ,வளியாகி, வலியாகி, நிழலாகி ,
உயர்வாகி , உன்னதமாகி , எழுத்தாகி எங்கள்
குல தெய்வமான பால் முனிஸ்வராகிய
எந்தையே எனக்கருள் புரிந்திடுவாயே !

முன்னுரை

நாலடியார் ஒரு பார்வை

பதினென்கீழ்க்கணக்கு நூல்களில் உள்ள ஒரே தொகை நூல் நாலடியார் ஆகும் நாலடியார் பதினெண் கீழ்க்கணக்கு நூல் தொகுப்பைச் சேர்ந்த ஒரு தமிழ் நீதி நூல். இது நான்கு அடிகளைக் கொண்ட வெண்பாக்களால் ஆனது. இது சமண முனிவர்களால் இயற்றப்பட்ட நானூறு தனிப்பாடல்க-ளின் தொகுப்பாகக் கருதப்படுகிறது. இதனால் இது நாலடி நானூறு எனவும் பெயர் பெறும். பல சந்தர்ப்பங்களில் இது புகழ் பெற்ற தமிழ் நீதி நூலான திருக்குறளுக்கு இணையாகப் பேசப்படும் சிறப்பைப் பெற்றுள்ளது. வாழ்க்கை-யின் எளிமையான விடயங்களை உவமானங்களாகக் கையாண்டு நீதி புகட்-டுவதில் நாலடியார் தனித்துவம் பெற்று விளங்குகிறது.

நீதிகளைக் கூறுவதில் திருக்குறளும் நாலடியாரும் ஏறக்குறைய ஒரே முறை-யைப் பின்பற்றுகின்றன. திருக்குறளைப் போன்றே நாலடியாரும், அறத்-துப்பால், பொருட்பால், காமத்துப்பால் எனும் முப்பிரிவுகளை உடையதாக விளங்குகிறது.திருக்குறள் இரண்டு அடிகளில் சொல்ல, நாலடியார் நான்கு அடிகளில் சொல்கிறது.திருக்குறள் ஒரே ஆசிரியரால் இயற்றப்பட்டது. நால-டியாரோ சமண முனிவர் நானூறு பேர் பாடிய வெண்பாக்களின் தொகுப்-பாகும். "ஆலும் வேலும் பல்லுக்குறுதி; நாலும் இரண்டும் சொல்லுக்குறுதி', 'சொல்லாய்ந்த நாலடி நானூறும் நன்கு இனிது', 'பழகுதமிழ் சொல்லருமை நாலிரண்டில்' என்கிற கூற்றுகள் இதன் பெருமையை திருக்குறளுக்கு இணையாக எடுத்தியம்புவன.

இந் நூல், ஆசிரியர் ஒருவரால் இயற்றப்பெற்றது அன்று என்றும், பலர் பாடிய பாடல்களின் தொகுப்பாய் உள்ளது

என்றும் சிலர் கூறுகின்றனர். இது பற்றிய கன்னபரம்பரைவரலாறு ஒன்-றும் உள்ளது: ஒரு சமயம் எண்ணாயிரவர்சமண முனிவர், பஞ்சத்தால் தம் நாடு விட்டு வந்து, பாண்டியன் ஆதரவில் வாழ்ந்து வந்தனராம். சில காலத்-தில்தம் நாடு முன் போலச் செழிப்புறவே அவர்கள் மீண்டுசெல்ல விரும்-பிய போது, பாண்டியன் அவர்களைப்பிரிய மனம் இன்றி, விடைகொடாது

இருந்தனனாம். இதனால், எண்ணாயிரவரும் ஒவ்வொரு பாடல் எழுதித்தத்-
தம் இருக்கையின் கீழ் வைத்துவிட்டு, பாண்டியனிடம் அறிவியாமலே, தம்
நாட்டுக்குத் திரும்பிவிட்டனராம். இச் செய்தி தெரிந்த மன்னன், புலவர்-
களைப் பிரிந்த மனத்துயராலும், தன் வாக்கை அவர்கள் மதியாமைபற்றி
எழுந்த வெகுளியாலும், அவர்கள் எழுதிய எண்ணாயிரம் பாடல்களையும்
வைகைப் பெருக்கில் எறியக் கட்டளைபிறப்பித்தானாம். அரசன் ஆணைப்-
படி வைகையில் எறிந்தஏடுகளில் நானூறு நீரை எதிர்த்து வரவே, பாண்டிய
மன்னன் அவற்றைச் சிறந்தன என்று கொண்டு தொகுப்பித்துவைத்தானாம்.
இந் நிகழ்ச்சியைச் சில தனிப் பாடல்கள் தெரிவிக்கின்றன.

நன்றி

நன்றி நவிலல்

இந்நூல் எழுதிட மிகபெரும் உதவியாய்

இருந்த இந்த 'நாலடியார்' பாடலாசிரியர்கள்,

மற்றும் முழு விளக்கம் எழுதிய எழுத்தாளர்கள்.

மற்றும் சிறு குறிப்புகள் எடுத்த

இணயதளங்களுக்கும் எனது மனமார்ந்த

நன்றியை தெரிவித்து கொள்கிறேன்.

முகவுரை

முன்னுரை

தமிழில் எழுதபட்டுள்ள அனைத்து இலக்கியங்களும், மரபு தமிழில் எழு-தப்பட்டுள்ளது..

அவைகளுக்கு பேரறிஞர்கள் விளக்கங்களும் எழுதப்பட்டு சிறப்பு செய்-யப்பட்டுள்ளது. இருந்தாலும் இன்னும் எளிமையாக இருந்தாலும் இன்னும் எளிமையாக நடைமுறை தமிழில் இருந்தால் பாமரனும் படித்து புரிந்து கொள்ள முடியும் என்கிற நோக்கில், என்னால் முடிந்த வரை 'நாலடியார் பாடல் போலவே அதே நான்கு வரிகளில் இலக்கணம் ஏதுமின்றி எழுதியுள்-ளேன் .

நாலடியாரின் கருத்துக்களை வைத்தே நான்கு வரிகளில் எழுதியுள்ளேன் ஆகவே இந்த நூலுக்கு 'நாலடியாரும் என் நாலடியும்' என்று பெயர் வைத்-துள்ளேன் மேலும் இது ஒரு சிறிய முயற்சியே

இதில் பொருட்குற்றம் , எழுத்து பிழை எது இருந்தாலும் அதை தயைக்-கூர்ந்து பொருத்து அதை எனக்கு தெரிவித்தால் அதை திருத்திக் கொள்-ளவும், மேலும் மேம்படுத்தவும் உதவும் என்று நம்புகிறேன். மரபு தமிழில் இருக்கும் இலக்கியங்கள் நடைமுறை தமிழில் எழுதபெற்றால் விரும்பாதவர்-களும் விரும்பி படிப்பார்கள் என்கிற அடிப்படையில் எழுதியுள்ளேன். .இதை போற்றி விரும்பி படிப்பவர்கள் புரிந்து கொண்டு மகிழ்ந்தால் அதுவே என்-னுடைய வெற்றியாக இருக்கும்.

என்றும் அன்புடன்
கவிஞர் சூரியபுத்திரன்

ஆசிரியர் குறிப்பு

ஆசிரியர் குறிப்பு

இயற்பெயர் :- ச.வரதராசநாயக்கர்

பிறப்பு :- 1961 பிலவ ஆண்டு

பிறந்த இடம் :- சென்னை தண்டையார்பேட்டை

எழுதிய வருடம் :- 2021

எழுதிய இடம் :- அத்திப்பட்டு சென்னை 120

புனைப்பெயர் :- கவிஞர் சூரியபுத்திரன்

தந்தை பெயர் :- திரு,. ஆ. சம்பந்தநாயக்கர்

தாயார் பெயர் :- திருமதி . ராதாசம்பந்தம்

மனைவி பெயர் :- திருமதி . ரேவதி வரதராசன்

மகன் பெயர் :- சுகந்திரையன் வரதராசன்

மகன் பெயர் :- ராகேசுவர் வரதராசன்

படைப்புகள் :- குரளின் குரல் (திருக்குறள் வடிவம்)

தொடர்புக்கு :- 9841073355 ,9841438836

மின்னஞ்சல் :- sshrc2017@gmail.com

ஊன் தந்து, உயிர் தந்து, உலவும்

உடல்தந்து, தேன்தந்து, திகட்டாத

தித்திக்கும் தமிழ் தந்து வான் தரும்

மழைபோலஎதையும் எதிரே பார்க்காது.

எனக்கு எல்லாம் தந்து, என்னை

பெற்றெடுத்த பெற்றோருக்கு!

இந்த புத்தகம் சமர்ப்பணம்!

1. நாலடியாரும் என் நாலடியும்

அதிகாரம்-1

செல்வம் நிலையாமை

பாடல் -1

அறுசுவை உணவை அமர்ந்தில்லாள் ஊட்ட
மறு உருண்டை மறுத்தார் செல்லமாய்- செழிப்பால்
வறியவரானால், கூழுக்கும் இரப்பார் குடியோடு
செல்வதை சேர்த்து வைக்காதே .

பாடல் — 2

அறவழியில் ஈட்டிய அறிய பெருஞ்செல்வத்தை
எருமைவைத்து ஏருழுது போரடித்து சேர்ந்துண்க!
செல்வம் நிற்காதே நிலையாய் யாரிடத்தும்
வண்டி சக்கரம்போல் வந்து போகும்

பாடல் — 3

யானை மீதமர்ந்து கோணாத குடையின்கீழ்
சேனை ,தலைவராய் சென்றவரெல்லாம் —தீவினை
செய்தால் முன்னிருந்த நிலைமாறி, நாடும்
மனைவியும் கொள்வர் பகைவர் .

பாடல் — 4

நிலையென,நிலையென என்றது நிலையின்றியழியும்
நிலையான அறத்தை சீக்கிரம் செய்திடு !
சென்றிடும் ,சென்றிடும் வாழ்நாள் நிலையின்றி
சினத்தோடு வருகிறான் எமன் .

பாடல் - 5

ஏதேனும் ஒன்றை தம்கையில் பெற்றதை,
பின்னால் உதவுமென்று, பிடித்திராமல் அழியுமுன்னே;
கொடுத்தார், தப்பியே செல்வார், நரகமின்றி
புகுவாரே புண்ணிய உலகம்.

பாடல் -6
உனக்கென எழுதிய நாட்களை கடக்கமுடியாது,
உடலிருந்து உயிர் பிரிவை தடுக்கமுடியாது,
பெற்ற செல்வத்தை கொடுத்து உதவுங்கள்
நாளைக்கே பிணப்பறை ஓசையெழலாம.

பாடல் - 7
ஆதவன் உதித்தலையும்; மறைதலையும்; அளவாக்கி
எண்ணுகிறான் எமனும், உன்னாயுளை விரைவாக
ஆதலால் அறம் செய்து அருளுடையவராகுங்கள்!
அருளில்லாதவர் பிறந்தும் பிறவாதவரே.!

பாடல்- 8
பெருஞ்செல்வம் உடையோரென, பெருமை உடையவர்
மறுபிறவி உணராத சிற்றறிவாளரின் பெருஞ்செல்வம்,
கருமேகத்தில் பிறக்கும் மின்னலை போன்றே
இருந்த இடம் தெரியாமலழியும்!

பாடல் -9
உண்ணாதவனாய், உயர்மதிப்பின் செயலை செய்யாதவனாய்,
துன்பம் களையாதவனாய், இரப்பார்க்கு கொடாதவனாய்,
வீணாக பொருளை சேர்த்து காத்திருப்பவன்.
இருந்தும் பொருள் இல்லாதவனே.!

பாடல் -10
வானுயர்ந்த மலைநாட்டிற்கு மன்னனே! ஆனாலும்,
உண்ணாமல், உடுத்தாமல் உடல் நலிவுற்றபோதும்,
இரப்பவருக்கும்; கொடாதவர்பொருளை இழப்பார்
தேனி தேனை இழப்பதுபோல்!

அதிகாரம்-2
இளமை நிலையாமை

பாடல் 11

நரைவரும் என்று எண்ணி நல்லறிவாளர்கள்,
இளமேலேயே துறவு பூண்டார்; இளமையில்,
மகிழ்ந்து வாழ்ந்தோர், முதுமை காலத்தில்
கோலூன்றி வருத்தத்துடன் எழுந்திருப்பர்.

பாடல் - 12

நட்பறுந்து பெண்களும் அன்பில் குறைந்து;
சுற்றமும் பிரிந்ததென சோர்ந்த மனமே;
மூழ்கும் கப்பலில் இருப்போரின் துன்பம்போல்,
முதுமையில் உயிரோடு இருப்பதேன்?

பாடல் -13

சொல்தளர்ந்து கோலூன்றி தள்ளாடும் நடையாகி;
பற்களும் வீழ்ந்து, பார்த்தவர் நகைத்திட
சிற்றின்ப ஆசையில் சேர்ந்து கிடப்போர்க்கு,
பேரின்பத்துக்கு செல்ல வழியில்லை.

பாடல்- 14

முதுகு வளைந்து தளர்ந்து, தடியூன்றி
தள்ளாடி இறக்கும் இவளிடத்தும், காமம்
கொண்டோரே, கையின் கோல் தாயின்
கோலாயிருந்தபோது அழகாய் இருந்திருப்பாளே!

பாடல் -15

எனக்கு தாயனவள் என்னைவிட்டு தனக்கொரு,
தாய்தேடி, சென்றாள். தாய்க்கு தாயானவள்,
தனக்கொரு தாய்தேடி சென்றாள்.
ஒவ்வொன்றாய் தேடிசெல்லும் உலகு..

அதிகாரம்-2

இளமை நிலையாமை

பாடல்-16

வெறியாடும் பலிகளத்தில், பூசாரி கைகளில்,
இலையோடு கட்டிய மாலையில் இலையுண்ணும்,
ஆடாய்; நிலையில்லா இளமை இன்பத்தில்
மகிழ்தல், அறிவுடையோரிடம் இல்லை!

பாடல் -17

இளஞ்சோலை;கனிதரும் மரமெல்லாம்,இளமைபோக
கனி உதிர்ந்து காய்ந்துவிடும்!வேல்போன்ற
கண்ணழகென வியந்து, பெண்ணாசை கொள்ளாதீர்!
கூனோடு கோல்தட்டி செல்வாள்.

பாடல் - 18

பருவம் கடந்துபோக பல்லாட்டம் கண்டிட,
இருபுறமும் தின்ன முடிகிறதாவென்று? கேட்டு,
மூத்தவயதின்; நிலையை அறிவுடையோர் கேட்டறிய
இளமை நிலையென்று கருதார்.

பாடல் - 19

நாளை செய்வோம். இளையவர்கள் எண்ணவேண்டாம்.
கடுங்காற்றில் பழமட்டுமின்றி, காய்களும் உதிர்வதுபோல்,
முதியோர் இருக்க இளையோர் இறப்பர்;
இளமையிலேயே அறம் செய்க.

பாடல் - 20

ஆயுள்முடிய அருளில்லாயெமன், கொண்டு போவான்.
மறுபிறவிக்கு, புண்ணியத்தை தேடி கொள்ளுங்கள்.
கருபிறந்து தாயழுக, பிள்ளையை எடுத்தேசெல்லும்
எமனின் வஞ்சனையை அறிந்தே!.

அதிகாரம்-3
யாக்கை நிலையாமை

பாடல் - 21

மலைமீது தோன்றும், முழுநிலவை போலவே,
யானை; தலைமீதமர்ந்த குடையுடை மன்னரும்,
இறந்து, மண்ணோடு மண்ணானர் என்றேயுண்டு,
இறவாமல் மிஞ்சினார் எவருண்டு?

பாடல் -22

ஆயுளுக்கு அளவான அழகான சூரியன்,
ஒருநாளும் நில்லாது வந்துவிடும். வாழ்நாளில்
ஆயுளற்று போகுமுன் அறம் செய்திடுக.
ஆயுளுக்குமேல் யாரும் நிலைப்பதில்லை.

பாடல் - 23

மண்டபம் முழங்கிய, மணவாத்தியம் அன்றைக்கே,
பிணப்பறையாய் ஒலித்தலும் உண்டாகலாம், என்றுணர்ந்து
நன்னிலை நடப்போர் மனமானது பிறவிப்பிணி
நீக்கும் வழியை உறுதிகொள்ளும்..

பாடல் -24

இறந்தார் வீட்டில், இருப்போர் பறையடிப்பர்,
இரண்டாம்முறை பறையடித்து, மூன்றாம்முறை அடிப்பதற்குள்,
துணிமூடி கொள்ளியோடு, தூக்கி செல்வார்,
சாகபோகிறவன் சாவை சுமந்து.

பாடல்-25

கூட்டமாய் சுற்றத்தார் கூடியே நின்றழ,
பிணத்தை இடுகாட்டில், இடுபவரை கண்டும்
மனங்கொண்டு மயக்கத்தில், மயங்குகிறவனுக்கு, உணர்த்தும்
சாப்பறை, இன்பம் நிலையில்லையென்று.!

பாடல்-26

தோலால் போர்த்திய உடலால் பலனடைந்து,
ஒட்டியயுயிர்; உடலை விட்டு பிரிந்ததும்;
கட்டி இழுத்தாலென்ன? கண்டபடி போட்டலென்ன?
பழித்தாலும் சிரித்தாலும் ஏதுமில்லை!

பாடல்-27

பெய்யும் மழையிலே தோன்றும் குமிழியாய்,
பலமுறை தோன்றியே அழியும், உயிரென்றெண்ணி
பிறவிதுன்பம், போக்க அறமே செய்வோமென
ஒருவரும் இல்லை உலகில்.

பாடல்-28

உறுதியாய் பெற்றார், உடலை நற்பயனால்,
அவ்வுடலால் பயன்களை உடனே செய்திடு,
ஏனெனில் மலைமீதுலாவும் மேகம்போல், நிலையில்லாது
இவ்வுடல் அழிந்து போய்விடும்.

பாடல்-29

இப்போது இருந்தான்; இறந்து விட்டான்;
என்று அலறி அழுவார்கள், சுற்றத்தார்,
புல்நுனி நீர்போல் நிலையில்லா வாழ்க்கை,
என்றெண்ணி செய்திடு அறம்.

பாடல்-30

கேளாமலே பிறந்து கிடப்பார், உறவாய்
பிறந்த கூடிருக்க பறக்கும் பறவை போல,
சுற்றத்தாரிடம் சொல்லாமலே, உடல் கூட்டைவிட்டு
பேசாமல் இறந்து போவார்.

அதிகாரம்-4
அறன்வலியுறுத்தல்

பாடல் 31

முன்பிறவிலும் அறமெனும், தவம்செய்யாதோர்;
மாளிகையில் வாழ்கிறார், என்றண்ணாந்து நோக்கி
புகழுடியாமல் வாயிலை, பிடித்து வருந்துவார்
மறுபிறவிக்கும் தவம் செய்யாதவர்.

பாடல் -32

செல்வத்தை விரும்பி அதனை பெருக்கி
பெருஞ்செல்வ(ற)த்தை மறந்து இறந்து போவோம்
என்றெண்ணாத அற்ப நெஞ்சே! வாழ்வின்
மறுமைக்கு செய்ய போவதென்ன?

பாடல்-33

பெருமூச்சிட்டு பேதை வருந்துவான். முன்செய்த
துன்புறுத்தும் தீவினையை நினைத்து பார்த்து,
முற்பிறவியி பாவமென்று முற்றுணர்ந்து; அனுபவிப்போர்
பிறவிதுன்பத்தை கடந்து போவார்.

பாடல்-34

அரிதாய் பெற்றோம்; இவ்வுடம்பை புண்ணியத்தால்
மேலும் புண்ணியம் சேர்ப்போம்; இவ்வுடம்பிற்கு
அப்புண்ணியம் கரும்பின் சாராய், உயிருக்குதவும்.
சக்கையாய் அழியும் உடம்பு!

பாடல்-35

கரும்பாட்டி பதத்தில் வெல்லம் கண்டார்.
கரும்பின் சக்கை எரிந்திட துன்புறார்.
நல்லறத்தில் பிறவி பயனை பெற்றவர்
எமன் வரும்போது துன்பமடையார்.

பாடல்-36

இன்றோ நாளையோ கொல்லும் என்றெண்ணாமல்,
எமன் பின்புறத்தில் நிற்கிறான் என்றெண்ணி.
தீஞ்செயலை விட்டு விடுங்கள். முடிந்தவரை
மாண்புடைய அறத்தை செய்யுங்கள்.

பாடல்-37

பிறவியால் பெரும் நற்செயலே செய்தாலும்
ஆராய்ந்து பார்க்கையில் அவையும் பலவே
எலும்பை போர்த்திய உடலுக்கே செய்யாமல்,
மறுபிறவிக்கான நல்லறங்களை செய்.

பாடல்-38

அளவில் சிறியதோர் ஆலவிதை, வளர்ந்து
ஓங்கி தழைத்து நிழலை வருவதுபோல்,
அறச்செயல் சிறிதாகினும் கிடைப்பாரிடம் கிடைத்தால்,
வானினும் பெரியதாய் விளங்கும்.

பாடல் -39

நாள்தோறும் நாள்கழிந்து வருவதை பார்த்திருந்தும்,
நாள்தோறும் நாளும் கழிதலை அறியாதவர்,
ஆயுள் கழிவதை அறியாது, நிலையானது
என்றே நினைத்து இன்புறுவர்.

பாடல்-40

இழிவான தொழில் செய்து உண்டபின்;
உறுதியுடன் கூடியே உடலும் நிலைத்திருக்குமானால்
மானமெனும்! அனிகலனை களைந்து எரிந்து
இரந்தாவது உயிர் வாழ்வேன்.

அதிகாரம் -5
தூய் தன்மை

பாடல்-41

மாந்தளிரழகேயென்று, மாதரையே பிதற்றும் அறிவுடையோர்,
உடலிழிவை எண்ணி பார்க்க மாட்டாரோ?
ஈச்சிறகளவு புண்ணாகி போனாலும், நோக்கிவரும்
காக்கையோட்ட கோல் வேண்டுமே.

பாடல்-42

தோல்போர்த்தி துளைகள் பலவாகி அழுக்கை
மறைக்கின்ற போர்வையில் பெறுமையாகிறதோ இவ்வுடம்பு!
அழுக்கை மறைக்காது, ஆசை உறைக்காது,
பைபோல் திருப்பி பார்.

பாடல் -43

உண்ணுதல், உடம்பில் உண்டாகும் அழுக்கென்றே,
என்றுணர்ந்து விட்டார். பெரியோர் விடாதோர்.
வெற்றிலை, மென்று பூச்சூடி கொள்வதால்,
உடலழுக்கு ஒழியுமா ஒழியாது.

பாடல்-44

தெளிந்தநீர், மீனென்றும், வேலென்றும், மாதர்கண்ணை,
அறிவுகண் இல்லாமல். அற்பமனதை அலையவிடாமல்,
நீரெடுத்த பனைநுங்காய் கண்களின்இயல்பறிந்து,
ஒழுக்கம் தவறாதே ஒருநாளும்.

பாடல்-45

முத்தென்று, முல்லையென்று, பெண்பற்களை பிதற்றாதீர்.
நூலறிவில்லா மக்களாய் மனதை அலையவிடாதீர்.
சுடுகாட்டில் சிந்திய பல்லெலும்பு பார்த்தபின்னும்
ஒழுக்கம் தவறாதே ஒருநாளும்.

பாடல்-46

குடலும், கொழுப்பும், இரத்தமும், எலும்பும்,
ஒன்றாய் சேர்ந்த நரம்பும், தோலும்,
இடையிடையே தசைகளோடு மாலையணிந்த மங்கை
இதில் எந்தபகுதியை சேர்ந்தவள்?

பாடல்-47

உடலூறிய அழுக்கு, ஒன்பது துளை வழியாக
அழுக்கை வெளிபடுத்தும், அங்ககுடத்தை பார்த்து
போர்த்திய தோலினால் கண்கள் கவரப்பட்டு,
பேரழாகாள் என்றே பிதற்றுவான்.

பாடல்-48

உடம்பு பண்டத்தின் உண்மை அறியாதார்
சந்தனமும், மாலையும் சாற்றியதை கண்டு
நாற்றமுடை உடம்பின்; அச்சுமுறிய வலியகழுகுகள்
கூடிபிரட்டி குத்திதின்பதை பார்க்கவில்லையா?

பாடல்-49

இறந்தயுடலில், எரித்த தலைகள், பார்த்தவர்
அஞ்சுமாறு, பள்ளாமாய் கண்கள் இல்லாமல்,
இறவாதவரை, பார்த்து ஏளனமாய் சிரிக்கும்,
இவ்வுடம்பே இவ்வளவுதான் என்றே!

பாடல்-50

இறந்தார் மண்டையோடுகள், கண்டார் அஞ்சும்படி
நகைத்து, இல்லறத்தில் இருமாந்து இருப்போர்,
மயக்கமான குற்றமென்றே உணர்ந்தோர் இவ்வுடம்பு
இவ்வளவென்றே பொருளாய் மதிப்பதில்லை.

அதிகாரம்-6

துறவு

பாடல்-51

விளக்கொளி நுழைய, விலகிடும் இருள் போல்,
தவம் செய்துருக பாவங்கள் விலகும்,
எண்ணெய் குறைய, ஒளிகுறையும் என்பதுபோல்,
நல்லவைதேய பாவங்கள் தோன்றும்.

பாடல்-52

நிலையாமையும், நோய்மூப்பு ,சாவும், உறுதியென்றே
உணர்ந்தவர், தம்கடமையை தவமாய் செய்வார்.
கோளென்றும், நூலென்றும், பிதற்றும், பித்தரைவிட
அறிவில்லாதவர் உலகில் இல்லை.

பாடல்-53

இல்லறம், இளமை, பேரழகு, செல்வாக்கு,
செல்வம், வலிமை, இவையெல்லாம் நிலையில்லாது;
ஒழியும் என்றுணர்ந்தே சான்றோர் கடைத்தேறும்
வழிக்காக துறந்தார் பற்றெல்லாம்.

பாடல்-54

பலநாள் துன்பத்தில் உழன்றாலும் ஒருநாள்
இன்பத்தையே விரும்புவார் அறிவிலார், இன்பத்தின்
நிலையுணர்ந்த சான்றோர்! நிலையில்லாத துன்பமான
சிற்றின்பம் துறந்து துறவாவார்.

பாடல்-55

இளமையும் பருவமும் வீணாய் கழிந்ததே.
முதுமையும் நோயும் முழுமையாய் வந்துசேரும்;
துணிவோடு ஆராயாமல், தீயவழி செல்லாமல்,
நல்வழியில் சென்றிடு மனமே!

பாடல்-56

மாண்பில்லா குணமும், மக்கட்பேறும் இல்லாமல்,
போனாலும் மனைவியை விடமுடியாது! திருமணமென்பது
தானேயொருவன் தனக்கு கொண்ட துன்பமது.
அதனால் ஞானிகள் செய்வதில்லை.

பாடல்- 57

ஊக்கத்தினாற் கொண்ட விரதங்களும் உள்ளமும்
சிதையும்போல், தடுக்க முடியாத துன்பங்கள்
வந்தாலும், விலக்கி விரதங்களை நிலைநிறுத்தும்,
மனவலிமை கொண்டவரே நல்துறவி.

பாடல் 58

தம்மை இகழ்ந்தாரை தாம் பொறுப்பதுமட்டுமன்று,
எம்மை இகழ்ந்த வினைப்பயனால் உம்மை
எரியும் நரகத்தில், வீழ்த்தி துன்புறுத்துவாரெயென்று!
இரங்குவதும் துறவியின் கடனாகும்.

பாடல்-59

மெய்வாய்கண், மூக்குச், செவியென பெயர்பெற்ற
ஐம்புலனை அடக்கி ஆசைகளை ஒடுக்கி;
மனகலக்கமின்றி தன்னிடம் சேராமல் பாதுகாக்கும்.
வல்லமையுடையவனே வீடுபேறு அடைவான்.

பாடல்-60

அறிவிலாதார்,, வாழ்க்கையில் துன்பமே மிகுதியாக
வருதலைக் கண்டும், துறத்தலை நினையாதவராய்,
சிறிதளவாகிய இன்பத்தையே விரும்பியிருப்பர்! ஆனால்
அறிவுடையோர் அச்சிற்றின்பத்தை விரும்பார்.

அதிகாரம்-7
சினம் இன்மை

பாடல்-61

தம்மை மதித்து நடப்பாரும் நடக்கட்டும்;
மதிக்காது அவமதித்து நடப்பாரும் நடக்கட்டும்;
அற்பாஈயும் தலைமேல் உட்காருதல்போல், அந்நிலையறிந்து
சீறிசினம் கொள்ளாதது நன்று.

பாடல்- 62

அடியெடுத்து வைக்கமுடியாத அவமதிப்பு வந்தாலும்,
கலங்காதுகாரியத்தைநிறைவேற்றும்மனவலிமையானவர்,
இடர்கண்ட போதெல்லாம் சினத்தை பொறுக்காமல்,
இனிய உயிரை விடுவாரோ?

பாடல் -63

நாவை காவாது வாயிலிருந்துவரும் கடுஞ்சொல்,
இடைவிடாது தன்னையே வருத்தும் ஆதலால்,
ஆராய்ந்தரிந்த ஞானமும், அறிவுடைய சான்றோர்,
கடுமையாய் சொல்லார் சினந்து.

பாடல் -64

நிகரில்லாதவர் தீஞ்சொல் சொன்னாலும், மேலோர்
மனம் புழுங்கிச் சினம் கொள்ளார்.
கீழ்மக்களோ, இழிசொல்லை நினைத்து பிறரிடம்
சொல்லியும், தூணில் முட்டிக்கொள்வர்.

பாடல்-65

இளவயது அடக்கத்தில் புலனடக்கமே அடக்கம்.
பொருளில்லாதவன் கொடையே பயனுள்ள கொடையாம்.
எதிர்ப்புகளை வெல்லும் வலிமையுடையவன், பொறுமையாய்
சினத்தை பொறுப்பதே சிறப்பு.

பாடல்-66

கல்லால் எறிந்ததுபோல் கீழ்மக்கள் வாய்சொற்களை,
யாவரும் காணினும் பெரியோர் சினம் கொள்ளாமல்;
மந்திரித்த திருநீற்றால் மயங்கிடும் பாம்பாய்,
உயர்குல பெருமையால் பொறுத்திருப்பார்.

பாடல் -67

தமக்கு பகைவராயிருந்து; பகைமையை பா'ரட்டுகின்றவரை,
பொறுத்து கொண்டால், 'இயலாமையென்று' எவறும்
சொல்லமாட்டார்கள், மீறியும் கொடுஞ்செயல் செய்தாலும்
திருப்பி தீங்கு செய்யவேண்டாம்.

பாடல்-68

நெடுங்காலம் கழிந்தாலும் கீழ்மக்கள் சினமாறாது
தணியாது மேன்மேலும் வளரும். புகழ்கொண்ட
மேன்மக்கள் சினமோ சுடவைத்த நீர்போல
தானாக அதுவே தணியும்.

பாடல்-69

செய்தயுதவியைச் சிறிதும் எண்ணிப் பாராது,
தமக்கு மிகுதியான தீமைகளைச் செய்தாலும்,
அவருக்குத் திரும்பவும் உதவி செய்வார்களேயன்றி,
தீமைகள் செய்யார் மேல்குடியார்.

பாடல்-70

சினத்தோடு நாய் கடிப்பதை பார்த்தும்,
திரும்பி நாயை கடித்தவர் யாருமில்லை!
அதுபோல் கீழ்மக்கள் கீழ்தரமாய் பேசும்போது
மேன்மக்கள், சொல்லார் சினந்து.

அதிகாரம்-8
பொறையுடமை

பாடல்-71

அருவியாய் குளிர்ந்த மலைகளையுடைய மன்னனே!
அறிவில்லாரிடம் எதையும் சொல்லாதே! ஒன்றை
சொன்னால் மாறுபட்டு ஒன்று சொல்வானாதலால்
தப்பித்து நீங்குதல் நல்லது.

பாடல்-72

நற்குணமில்லாதான் பண்பற்ற சொல்லை சொல்ல
சொல்லை பொறுப்பதே தகுதியாம்! பொறுக்காமல்
பதிலுறைத்தால், புகழ்ான செயலாக கொள்ளாது;
பழிக்குறிய செயலாய் மாறும்.

பாடல்-73

காதலால் சொல்லும் கடுஞ்சொல்லும், மகிழ்ந்தார்போல்
பகைவரின் இனியசொல்லும் ஒன்றாகுமோ? ஆகாது
மலர்வண்டோடு குளிர்ந்திருக்கும் மலைகளின் வேந்தனே
நன்மை செய்வோரை பெற்றிட.

பாடல்-74

அறியவேண்டியது அறிந்து, அஞ்சுவதற்கு அஞ்சி,
செய்வதை உலகம் மகிழ்ந்திட அறநெறியில்,
பெற்றப்பொருளால் மகிழ்ந்து வாழும் இயல்புடையோர்
துன்புற்று வாழ்தல் இல்லை.

பாடல்-75

வேற்றுமையின்றி கலந்த இருவர் நட்பில்
தகாத ஒழுக்கம் ஒருவனிடம் உண்டானால்
பொறுக்கும் அளவிற்கு பொறுத்து கொள்! முடியாவிட்டால்
தூற்றாமல் தூர விடு.

பாடல்-76

நட்பினால் தீமைகள் வந்தாலும், நலமென்று
வினையயனென்று தன்னையே வெறுக்காமல், நெருங்கி
மனமொன்றி பழகியவரை விட்டுவிடாதே! சேர்ந்தபின்
பிரிதல் விலங்கினிடத்தும் இல்லை!

பாடல்-77

பெரியோரின் பெருநட்பு கொள்ளுக, அரிய
குற்றங்களையும் அவர்கள் பொறுப்பார்கள் அல்லவா?
ஒலிக்கும் அருவியோடு மலைநாட்டின் வேந்தனே
நற்செயலாருக்கு நன்னட்பு கிடைக்கும்.

பாடல் 78

உடல்வற்றி துரும்பொத்த பசியால் வந்தாலும்,
உதவாபண்பு உள்ளோரிடம் வறுமையை சொல்லாதீர்!
உதவிடும் பண்புடையோரிடம் வறுமையை உறைப்பர்.
உயிரை விட துணிவில்லாதவர்.

பாடல்-79

இன்பம் தந்த செயலிலே தாழ்வு நேர்ந்தாலும்
இன்பத்தையே பெரிதெனகருதி, நினைத்திருக்கும் உனக்கு
இன்பம் இடையறாது பெருகுவதை கண்டாலும்,
பழியில்லாத செயலை செய்.

பாடல் -80

தான் கெட்டாலும் சான்றோருக்கு கேடு செய்யாமல்!
உடல் முழுவதும் பசியால் உலர்ந்தாலும்,
உண்ண தகாத உணவை உண்ணாமலிரு!
உலகமே கிடைத்தாலும் பொய்பேசாதே.

அதிகாரம்-9
பிறன்மனைநயவாமை

பாடல்-81

அச்சம் பெரிதே! காமத்தாலின்பம் மிகச்சிறிதே!
நிச்சயம் கொலை தண்டனை உண்டு!
நரகத்தை தரும் பாவமாகும்! நாணத்தோடு
பிறன் மனைவியை விரும்பாதே!

பாடல்-82

அறமும், புகழும், நட்பும், பெறுமையென
நான்கும் பிறர்மனவி நாடிட சேராது,
பழிபாவமும், பகையும், அச்சமென நான்கும்
பிறர்மனைவி நாட வந்துசேரும்.

பாடல் -83

மாற்றான் மனைவியை நாடி மனைபுகுவதச்சம்;
திரும்பி வரும்போதும் அச்சம்; அவளுடன்
இன்புறுவதை தெரியாமல் காப்பது அச்சம்;
எப்போதும் அச்சமதரும் எதற்கது?

பாடல்-84

அயலார்காண குலப்பழியாகும்; கையிலகப்பட கால்முறியும்;
பிறர்மனை புகுந்திட ஆண்மையற்ற அச்சமாகும்;
நரகத்தின் துன்பந்தரும்! தீய செயலால்
கண்டயின்பம் எவ்வளவு? என்றேசொல்!

பாடல்-85

சிறிதும் நல்லொழுக்கமின்றி சிற்றினம் சேர்ந்து,
அழகிய கொங்கையுடையாளை சேர விரும்பியுன்,
வலிமையால் பிறன்மனை சென்றவரே, இப்பிறப்பில்
அலியாகி ஆடியே பிழைப்பார்.

பாடல் -86

பலறறிய முரசுகொட்டி, நல்லதொரு நாளிலே
மணமுடித்து ,மங்கையுன் காவலில் புகுந்தாள்
மென்மையான அன்பு மனைவியிருக்க, பிறர்மனைவியை
கெட்ட எண்ணத்துடன் நோக்குகிறானே?

பாடல்-87

அயலார் பழித்துரைக்க, சுற்றத்தார் பயந்திருக்க,
அயலான் மனைவியைத் தழுவி மகிழ்ச்சியுற்றவன்,
நம்பமுடியாத மனத்தை உடையவன் காமநுகர்ச்சி,
விஷபாம்பின் தலையை தொடுவதுபோல்.

பாடல் -88

காமநோய் கொடியது ஆயினும் மனவலிமை
உள்ளோரிடம் வளராது; வளர்ந்தாலும் வெளிப்படாது;
வெளிப்பட்டாலும் மாற்றான் மனைவியிடம் செல்லாது!
நாணத்தால் தோன்றாமல் தணியும்.

பாடல் -89

அம்பும் தீயும் ஒளிவீசும் சூரியனும்
சுட்டாலும், உடம்பை மட்டுமே சுடும்.
காமம் வெப்பமாகி மனதை சுடுவதால்,
அம்மூன்றைவிட அஞ்ச வேண்டுவதாம்.

பாடல்-90

ஊரிலெழுந்து உருகியோடும் செந்நெருப்பிலும்,அருகில்
இருக்கும் நீரில் மூழ்கி தப்பிக்கலாம்.
நீரில் மூழ்கினாலும் சுடும் காமம்;
மலையிலே ஒளிந்தாலும் சுடும்.

அதிகாரம்- 10
ஈகை

பாடல்-91

இல்லாது இருந்தும் தம்மால் இயன்றளவு
பொருள் உள்ளதுபோல் மகிழ்ந்து இயல்பாக,
கொடுக்கும் குணமுள்ளோருக்கு, தேவலோகத்தில்!
கதவுகள் திறந்தே இருக்கும்.

பாடல் -92

எதிரிலேயே இருக்கிறது, முதுமையும் இறப்பும்
வலிமையிழந்து அழிக்கும்நோய்களும் வந்திருக்கிறது.
பொருளை தேடி நாற்புறமும் அலையாதீர்!
பகுத்து கொடுத்து உண்ணுங்கள்!

பாடல்-93

பிறருக்குக் கொடுத்துத் தானும் அனுபவித்தாலும்
பொருள் சேரும் காலத்தில் சேரும்.
நல்வினை தொலைந்தால், இருக்கி பிடித்தாலும்
பொருள் நில்லாது நீங்கிவிடும்.

பாடல் -94

அரிசிமுனை அளவாவது அள்ளி தாருங்கள்!
ஆழமான கடல் சூழ்ந்த இவ்வுலகில்
அடுப்பெரிக்காத வறியவரை, முற்பிறவியில் உதவாதவர்
என்றே சான்றோர் உரைப்பார்.

பாடல்-95

இப்பிறவியில் புகழும் மறுபிறவியில் வாழ்ந்திட,
அள்ளி கொடுக்க வேண்டும். அளவின்றி
வறுமையால் வாரிவழங்க முடியாவிட்டாலும்,
பிறரிடம் பிச்சை கேட்காதே.

பாடல்-96

வாழ்த்திட பலரால் வல்லளாய் வாழ்வோர்,
பெண்பனையாய் போற்றுவார், பெரும்பொருள் கொடுப்போரை
வளமிருந்தும் வாரி கொடுக்காதவர் சுடுகாட்டில்
நிற்கும் ஆண்பனை மரமே.

பாடல்-97

புலால் நாற்றத்தை புன்னைமலர் தீர்ப்பதுபோல்;
பெய்யாமல் பருவமழை தவறினால், உயர்ந்தோர்
உதவாவிட்டால்உலகத்துயிர் எப்படி பிழைக்கும்?
அலைமோதும் கடலுடை அரசனே!

பாடல்-98

ஏந்தியகையை மறுக்காது, இன்னாரென நினைக்காது,
வறியவருக்கு கொடுப்பதே சரியான கடமையாகும்.
வளம்மிக்க கடலுடை மன்னனே! திருப்பி
கொடுப்பதென்பது 'கடனென்னும்' பெயராகும்.

பாடல் -99

இல்லையென்று சொல்லாமல் தருவது சிறிதென
கருதாது, பயனுடைய அறத்தை செய்க!
தவசியின் பிச்சைப் பாத்திரம் நிரம்புவதுபோல்,
மெல்ல புண்ணியம் நிரம்பும்.

பாடல்-100

முரசின் ஒலியை காததூரம் கேட்கும்!
இடியின் ஒலியோ யோசனைதூரம் கேட்கும்!
தகுதியுடையோர்க்கு கொடுத்தாரெனும் புகழ்சொல், ஒன்றன்மேல்
ஒன்றான மூவுலகிலும் கேட்கும்.

அதிகாரம்- 11

பழவினை

பாடல் -101

பசுக்கூட்டத்தில் கொண்டுபோய் கன்றை விட்டாலும்

இளங்கன்று தாயைதேடி அடைதலில் வல்லமையாகும்.

அதுபோல முற்பிறவி செய்த பழவினைகள்,

கிழவனாலும் தேடி வரும்.

பாடல் 102

அழகும், வாலிபமும், அரிதான பொருளும்,

மதிப்பும் ஒரிடத்தில் நிலைத்திராதை பார்த்தும்,

ஒருநற்செயலும் செய்யாதவன் வாழ்க்கை, பிறந்தும்

பயனில்லாது அழிந்து போகும்.

பாடல் 103

வளமான வாழ்வை வேண்டாதார் யாருமில்லை.

அளந்து செய்த பலவினையால் அளக்கபடுகிறது.

விளாங்காயை உருண்டாக்கியவரும் இல்லை! களாக்காயை

கருப்பாக்கியவர் யாரும் இல்லை!

பாடல் 104

பாவத்தின் தீமைகளை யாராலும் தடுக்கமுடியாது!

நல்லது செய்யின் நன்மைகளை தடுக்கமுடியாது!

மழை பெய்யாமல் போனால் பெய்விப்பாரில்லை!

அதிகமானால் தடுப்பாரும் இல்லை!

பாடல் 105

பனையளவு பெருமை மிக்கவரும் திணையளவு

சிறுத்து சிறுமையுற்று வருந்தி வாழ்வர்!

முற்பிறவி செய்த தீவினையின் பயனே

அதுவன்றி வேறேதும் இல்லை.

பாடல் 106

பலநூல் கற்று தேர்ந்தவன் இறந்துவிடுகிறான்,
கல்லாதவன் நீடூழி வாழ்கிறான் கண்டிருக்கிறோம்!
காரணம் கல்லாதார் உள்ளத்தில் அறிவு'சாறில்லாததால்'
சக்கையென எமன் கொள்வதில்லை.

பாடல் 107

அடம்பூவை அன்னம் கிழிக்கும் அலைகடலின்
குளிரானகரையின் மன்னனே! மனம்வருந்தி துன்பங்கொண்டு,
பெரிய வீடுகளில் தலை வாசலில் பிச்சையெடுப்போர்
முப்பிறவி தீவினை பயனே.

பாடல் 108

நெய்தல் நிலங்களிலே தேனைச் சிந்தும்
நீண்ட கடலின் கரையுடைய மன்னனே!
அறிவுடையராய் இருந்தாலும் பழியுடையதை செய்வது,
முற்பிறவி தீவினை பயனே.

பாடல் 109

மிகுதியான நீரையுடைய கடலால் சூழப்பட்ட
இவ்வுலகில் எல்லோரும் தீமையை விரும்பார்.
விரும்பினாலும் விரும்பாவிட்டாலும் முன்வினை பயனால்
வரவேண்டியது வராமல் போகாது.

பாடல் 110

கருவிலே உருவான ஊழ்வினை குறையாது
வளராது, முறைமாறி பொருந்தாது, உற்றகாலத்தில்
உதவியாகாது, வரவேண்டியது வந்தே தீருமாதலால்.
இறக்கும் காலத்தில் வருந்துவதேன்.

அதிகாரம்- 12
மெய்மை

பாடல் 111

இரப்போர்க்கு இயலாத பொருளை இடாவிட்டால்

குற்றமில்லை. தருகிறேனென்று ஆசைகாட்டி தராவிட்டால்

செய்நன்றி மறந்த குற்றத்திலும் பெருங்குற்றமாகுமே.

அழகான வளையலை அணிந்தவளே!

பாடல் 112

சான்றோரும், சான்றோர் அல்லாதாரும் தத்தம்

குணங்களில் எப்போதும் குறையாமல் இருப்பர்.

வெல்லத்தை யார் தின்றாலும் கசக்காது வேப்பங்காயைத்

தேவரே தின்றாலும் கசக்கும்.

பாடல் 113

குளிர்ந்த மலைகளையுடைய நாட்டின் மன்னனே!

செல்வம் பெருகிட நட்சத்திரம்போல், சுற்றமும்

நட்பும் சூழ்ந்திருக்கும், வறுமை வந்தால்

உரிமை கொள்வோர் சிலரே.

பாடல் 114

குற்றமற்ற உலகத்தில் அறம், பொருள் , இன்பத்தில், பொருளடைந்தால் அறமும் இன்பமும்

அடையலாம் ,அடையாதவர் உலையிலிட்ட இரும்பாய்

வறுமை துன்பமெய்தி வருந்துவான்,

பாடல் 115

சாதிபசுவின் கன்றும் விலை போகும்.

கல்லாதவன் வாக்கும் சபையேறும் செல்வமிருக்க.

சிறிதே ஈரத்தில் உழுவதுபோல், வறியவர்

வாய்ச்சொல் மதிக்கபடாது ஒழியும்.

பாடல் 116

அஞ்ஞானம், மெய்ஞ்ஞானம், எஞ்ஞானம், கற்றாலும்
அடக்கமில்லாதவர், எப்போதும் அடங்கவே மாட்டார்.
பேய்சுரைக்காயை; உப்போடு நெய் பால் காயத்தோடு;
சமைத்தாலும் கசப்பு நீங்கததாய்.

பாடல் 117

ஏதுமின்றி இகழ்வாரை, அவர்முன்னே புறக்கணித்திடு,
அவரின் தொடர்பால் வரப்போவது ஏதுமில்லை;
புன்னை பூமணக்கும் கடலுடை வேந்தனே!
வரக்கூடியது வந்தே தீரும்.

பாடல் 118

பலநிறத்தில் பசுவிருந்தாலும் பாலின் நிறமொன்றே;
பால்போல், அறப்பயனும் ஒரேத்தன்மை உடையதாயினும்
அவ்வறத்தால் கிடைக்கும் அறத்தின் பயனோ
பசுவின் நிறம்போல் பலவாகும்.

பாடல் 119

மனிதவாழ்வில் பழியில்லாமல் வாழ்ந்தவர் யார்?
தொழிலின்றி வாழ்ந்தவர் யார்? வாழ்நாளில்
துன்பமின்றி வாழ்ந்தவர் யார்? முழுவாழ்வில்
செல்வத்துடன் வாழ்ந்தவர் யார்?

பாடல் -120

ஆராய்ந்தாலும் வரவரின் நல்வினைகளேஅவ்வுயிருக்கு
துணையாய் வரும் உயிர் போகயில்
ஆடை அணியால் மூடிய உடம்பு
உயிருக்கு துணையாய் வராது

அதிகாரம்- 13
தீவினை அச்சம்

பாடல் 121

மனைவியின் பாசம் மறக்காது நெஞ்சம்.
மக்களுக்கு பொருள் சேர்க்க ஏக்கமுற்று,
எவ்வளவுநாள் வாழபோகிறாய், சிறிதளவாவது அறஞ்செய்
உயிருக்கு அதுவே உதவும்.

பாடல் 122

வண்டுகள் ஒலிக்கும் காட்டில் வாழும்
கவுதாரிகளை, காடையும், அடைத்து வைப்பவர்கள்,
மறுபிறவியில் அடிமைகளாகி, விலங்கிட்டு பகைவர்களின்
நிலங்களில் வேலை வாங்கபடுவார்கள்.

பாடல் 123

சங்குபோல் உள்ளங்கை வெளுத்து வெண்ணிறமாகி,
விரலெல்லாம் அழுகி தொழுநோயால் வருந்துவர்,
முற்பிறவியில் நண்டைபிடித்து காலைஒடித்து தின்ற
தீவினை வந்து சேர்ந்தபோது.

பாடல் 124

நெருப்பிலிட்ட நெய்யும் காய்ச்ச, உடலில்பட்டால்
சுட்டு துன்பம்தரும் நோயாகும் அதுபோல,
அறநெறி தவறாதவர் தீவினையாளரை சார்ந்தால்
நெறிகெட்டு கொடுந்தொழில் செய்வார்.

பாடல் 125

பெரியோர் நட்பு பிறைபோல, நாளும்
படிப்படியாக வளரும். கீழோர் உறவு
வானத்தில் தவழும் முழுமதிபோல் சிறிது
சிறிதாக தேய்ந்து மறையும்.

பாடல் 126

சான்றோரென மதித்து சேர்ந்தாய் ! சேர்ந்தவர்
சான்றோனல்லாது போனால், நேரும் துன்பத்தினை
ஒருவுவமையால் உரைக்கிறேன், செப்புகுடத்தில் சந்தனமென்று
திறக்க பாம்பிருந்தது போலவாகும்!

பாடல் 127

உள்ளத்தை அறிபவர் ஒருவருண்டோ? யாருமில்லை
மலைச்சாரலில் ஒளிவிடும் மணிகள் மிகுந்த
நாட்டின் அரசனே! மக்களின் மனதில்
சொல்வேறாய், செயல்வேறாய் இருக்கிறது!

பாடல் 128

அருவிநீர் சேற்றை அலசி ஒதுக்கும்
மலைநாட்டு மன்னனே! உள்ளத்தால் நம்புமாறு
செயல்களை செய்யும் வஞ்சனையானவரின் நட்பு
பெருங் குற்றமுடையதாக இருக்கும்.

பாடல் 129

ஓங்கியவாள், பகைவர் கையில் அகப்பட்டால்,
ஊக்கம் குறைவதுறுதி, அதுபோல் தீயோர்க்கு
செய்யும் உதவி, எப்பிறவிக்கும் உதவாதென்பதால்
தீயோரிடம் விலகியே இரு.

பாடல் 130

மனைவியின் பாசம் மறக்காது நெஞ்சம்!
மக்களுக்கு பொருள் சேர்க்க ஏக்கமுற்று
எவ்வளவுநாள் வாழபோகிறாய்? சிறிதாவது அறஞ்செய்
உயிருக்கு அதுவே உதவும்.

அதிகாரம்- 14
கல்வி

பாடல் 131

வாரியமுடி அழகும், முந்தானை கரையழகும்,
பூசிய மஞ்சள் அழகும் அழகல்ல.
நடுநிலையாய் உண்மையாய் நடக்கிறோமென்ற ஒழுக்கத்தின்
கல்வி அழகே அழகு.

பாடல் 132

இவ்வுலக இன்பம்தரும்; பிறர்க்கு தருவதால்
குறையாது; புகழை பரவ செய்யும்;
உயிரோடு இருக்கும்வரை அழியாது. ஆதலால்
கல்வி அறியாமையின் மருந்து.

பாடல் 133

களர் நிலத்தின் உப்பினை, விளைநிலத்து நெல்லைவிட
மேன்மையாய் கருதுவோர் சான்றோர், அதுபோல்
கீழ்க்குடியில் பிறந்தாலும் கற்றவரை மேலானவராக,
வைத்து மதித்தல் வேண்டும்.

பாடல் 134

மனதில் வைத்தால் மாறாது , மற்றவர்
கவர்ந்திழுக்க முடியாது, பிறர்க்கு கொடுத்தாலும்
அழியாது , மன்னராலும் கவர முடியாதெனவே
மக்கட்கு செல்வமே கல்வியே !

பாடல் 135

கல்வியோ முடிவற்றது; கற்பவருக்கோ வாழ்நாள்
சிறிதே நினைத்தால் வாழ்வில் பிணிகள்
பலவாகும் நீரைபிரிக்கும் அன்னம்போல் அறிவுடையோர்,
நன்னூல்களையே அறிந்து படிப்பார்.

பாடல் 136

படகோட்டியை கீழ்சாதியென இகழமாட்டார்கள் மேலோர்!
காண்பாயாக படகோட்டி துணையால் கரையை
கடப்பதுபோல், சாத்திரங்கள் கற்ற கீழ் மகனின்
துணையோடு நூல்களை கற்க.

பாடல் 137

குற்றமற்ற, நூற் கேள்வியுடையவராய், பகையின்றி
கூர்மையான அறிவுள்ளோரின் கற்றோருடன் சேர்ந்து
அளவளாவி மகிழ்வதைவிட இன்பம் உடையதாயின்,
தேவர்களின் திருநகரை காணமுயல்வோம்.

பாடல் 138

ஒலிக்கும் கடலின் துறையுடைய வேந்தனே!
கற்றவர் நட்பு, நுனிகரும்பு தின்பதுபோல
அடிப்பகுதி தின்பது போலாகும், நற்பண்பு
அன்பும் இல்லாதான் நட்பு.

பாடல் 139

கல்லாதவராயினும், கற்றோரின் பின்நடக்க நல்லறிவு
உண்டாகுமே பழமையான பாதிரிபூவை பானையிலிட,
தன்னிடமுள்ள தண்ணீருக்கு நறுமணம் தருவதுபோல்,
கல்லாதவருக்கும் கற்றவரால் அறிவு.

பாடல் 140

எல்லையயற்ற கல்விகுள்ளே மெய்ஞ்ஞானம் கற்காமல்,
உலக அறிவைமட்டும் கற்பதெல்லாம் கலகலவெனும்
வீணான சலசலப்பேயாகும்! அறிவு நூலால்
பிறவிதுன்பம் போக்குவதை அறிபவரில்லை.

அதிகாரம்- 15

குடிபிறப்பு

பாடல் 141

உடைகிழிந்து, உடல்மெலிந்து, வறுமையுற்ற போதும்
உயர்குடி பிறந்தோர் ஒழுக்கம் தவறமாட்டார்,
பசித்துன்பம் பெரிதாய் வந்தாலும் சிங்கம்
புல்லை தின்னாதது போல.

பாடல் 142

பெருந்தன்மை, மென்மை, ஒழுக்கம் இம்மூன்றும்
உயர்குடி பிறந்தவரிடம் மட்டுமே இருக்கும்.
மேகங்கள் தவழும், மலைகளையுடைய மன்னனே!
பெருஞ்செல்வனாலும் பிறரிடம் உண்டாகாது.

பாடல் 143

இருக்கை எழுந்து எதிர்கொண்டு அழைத்து
உபசரித்து, பிரியும்போது பின்சென்று வழியனுப்பும்,
நற்குணங்கள் உயர்குடியினரின் ஒழுக்கமாகும். இவற்றில்
கீழ்மக்களிடம் ஒன்றேனும் இருக்காது.

பாடல் 144

உயர்குடியார் நல்லவை செய்ய இயல்பாகும்,
தீயவை செய்தால் தீராபழியாகும், ஆதலால்
உயர்குடிபிறப்பு வாய்க்குமானால், வாய்த்த குடிபிறப்பால்
அவர் அடையும் பயனென்ன?.

பாடல் 145

கல்லாமைக்கு அஞ்சுவார், இழிவானதை செய்ய
அஞ்சுவார், தகாத வார்த்தை தவறிடுமோவென
அஞ்சுவார், இரப்பார்க்கு ஏதும் தரமுடியவில்லையென
அஞ்சுவாரவரே, உயர்குடி பிறந்தோராவர்,

பாடல் 146

மாணிக்கமும் முத்தொளிவீசும் கடற்கரையின் மன்னனே!
இனத்துக்கு நன்மையும் இன்சொல்லும், வாரிகொடுத்தலும்,
மனத்தூய்மையெனும் நற்குணங்கள் எல்லாம் நற்குடியில்
பிறந்தவர்களிடம் பொருந்தி இருக்கின்றன.

பாடல் 147

கட்டுகுலைந்து கரையான் பிடித்திருந்தாலும் பெரியவீட்டில்,
ஒழுகாத ஒருபக்கம் இருக்கும். அதுபோல
எத்தனை துன்பத்தை அடைந்தாலும் நற்குடிபிறந்தோர்
இயன்றவரை நல்லதை செய்வார்.

பாடல் 148

ஒருபக்கம் பாம்பு பிடிக்க, ஒருபக்கம் ஒளிர்ந்து
உலகத்திற்கு ஒளிகொடுக்கும் நிலவைப்போல, வறுமையினால்
எவ்வளவு துன்புற்ற போதிலும், உயர்குடிபிறந்தார்
உதவுவதில் மனம் தளரார்.

பாடல் 149

வறுமை காலத்தும் நற்குடியார் நற்செயல்
செய்வார் செல்வமிருந்தும், கீழ்குடியார் செய்யார்
மானுக்கு சேணை தாங்கினாலும் குதிரைபோல்,
படைகளத்தில் போரிட முடியாததைபோல.

பாடல் 150

இல்லாமல் இருந்தாலும் உயர்குடி பிறந்தவர்,
துன்புற்று தன்னை சார்ந்தவருக்கு ஊன்றுகோலாய்
உதவுவார் நீரில்லாத அகன்ற ஆறும்,
தோண்ட நீர் தருவதைபோல.

அதிகாரம்-16
மேன்மக்கள்

பாடல் 151

அழகிய வானத்தின் நிலவும் மேன்மக்களும்
ஒப்பாகும் நிலவோ களங்கத்தை ஏற்றுக்கொள்ளும்;
மேன்மக்கள் பொறுக்கார். ஒருநாளும் ஒழுக்கம்
தவறிட வருந்தி மெலிவார்.

பாடல் 152

முடிந்தாலும் முடியாவிட்டாலும் சான்றோர் பழியற்ற
செயல்களையே செய்வார். நாயின் மார்பை
பிளந்த அம்பு சிங்கத்துக்கு குறிவைத்து
குறி தவறினாலும் சிறந்ததே.

பாடல் 153

நரம்பெழுந்து மெலிந்து உடல் தோன்றினாலும்,
மேன்மக்கள் நல்லொழுக்க வரம்பை கடந்து,
இரக்கமாட்டார்,அறிவை முயற்சியெனும் நாரினால்
மனத்தைக்கட்டி சிறப்பு செய்வார்.

பாடல் 154

தாம்போகும் வழியில் ஒருவரை கண்டாலும்,
பழமையானவராய் பாவித்து நட்புறுவர் சான்றோர்
மலைநாட்டு மன்னனே! மலையிலும் நடக்க
தேய்ந்துஉண்டாகுமே வழி.

பாடல் 155

கல்வியில்லா பயனற்ற வீணர் அவையில்
பொருத்தமின்றி உறைப்பதையும் பொறுத்து கொள்வார்
குற்றத்தை சுட்டிக்காட்ட, பலபேரிடம் அவமானமாகும்,
என்பதால் மனவருந்தி கேட்டுகொள்வார்.

பாடல் 156

கரும்பை கடித்தும், கணுக்கள் நொறுங்க
இடித்து எடுத்தாலும்சாறு சுவையாகவே இருக்கும்.
சான்றோரை எவ்வளவுதான் இகழ்ந்து உரைத்தாலும்
வாயால் தீயன சொல்லார்.

பாடல் 157

திருடார்; கள்ளருந்தார்; தீயவை விலக்கி
தூயராய் விளங்குவர்; பிறரை இகழ்துரையார்;
மறந்தும் பொய்யுரையார், ஊழின் விதியால்
வறுமைக்காக வருந்தவும் மாட்டார்.

பாடல் 158

மேன்மக்கள் இரகசியங்களை கேட்பதில் செவிடனாகவும்,
மாற்றான் மனைவியை காண்பதில் குருடனாகவும்,
பழித்து பேசுவதில் ஊமையாகவும், இருந்தாலே
அறங்கூற வேண்டாம் அவருக்கு.

பாடல் 159

பலநாள் சென்றால் பண்பில்லாதவர் எதற்கோ
வருகிறார் என்றே அவமதிப்பார் .மேலோர்
தம்மிடம் வருபவர் எதையாவது விரும்பினாலும்
நல்லதென்று நன்மையே செய்வார்.

பாடல் 160

செல்வமுடையார்' பின்சென்று அவரைபற்றியே வயிறு
வளர்ப்பர் கீழோர், நற்குண மேன்மக்கள்
தொடர்பு கிடைக்குமானால் அவர்களுக்கு வற்றாத
சுரங்கமே கிடைத்தது போல்.

அதிகாரம்-17
பெரியோரைபிழையாமை

பாடல் 161

'பொருப்பார்' என்றெண்ணி, மாசற்ற பெரியோரிடம்
தவறை செய்வது சரியாகாது செய்தபின்
அருவியும் மலைகளும் கொண்ட மன்னனே
அவர்களின் கோபம் அரிதாகும்.

பாடல் 162

பொன்னே கொடுத்தாலும் நெருங்கமுடியாத அரிதானவரை,
யாதொரு செலவின்றி சேரதக்க நிலைபெற்றும்,
நற்பண்பு இல்லாத அறிவிலார் சேராமல்
வீணாக காலத்தை கழிக்கின்றனரே.

பாடல் 163

மதிப்பும், பெருமதிப்புமாகிய இரண்டும் மேன்மக்களாகிய
பெரியோர்களால் மதிக்கதக்கதாகும் ஒழுக்கமில்லா
கீழோரின்பழிப்புரையும்,பாராட்டையும்,கற்றறிந்த பெரியோர்கள்,
ஒரு பொருளாக மதிக்கமாட்டார்கள்.

பாடல் 164

படமெடுக்கும் பாம்பு நிலத்தின் வெடிப்புகுள்ளே
இருந்தாலும், எங்கோ எழும் இடியோசைக்கு
அஞ்சும், அதுபோல மென்மையான பெரியோர்கள்
சினம் எங்கிருந்தாலும் விடாது.

பாடல் 165

என்னை அறியமாட்டீர்; எனக்குநிகர் இல்லென்றே!
நம்மைநாமே உயர்வாக மதிப்பது பெருமையாகாது!
அறம் உணர்ந்த சான்றோர், அருமையுணர்ந்து
'பெரியோரென' மதிப்பதே பெருமையாகும்.

பாடல் 166

பெரிய கடலின் குளிர்ந்த கரையுடையோனே!
சிறியோர் நட்பு, காலை நிழல்போல
வரவர குறையும்; பெரியோர் நட்பு
மாலை நிழலாய் வளரும்.

பாடல் 167

மன்னன் செல்வத்திற்கும், மகளிரின் அழகிலும்,
மயங்கியே கிடப்பதற்கு, தகுதியொன்றும் வேண்டாம்,
எப்படியெனில் தழைத்த மரங்கள் தம்மிடம்
வந்தவருக்கு நிழல் தருவதைபோல்.

பாடல் 168

நன்மை தீமைகளை ஆராய்ந்து உணரும்
தெளிவில்லாதவர் பிரிவும் துன்பமாகுமென்றால், பெரியோர்
பிரிவு பெருந்துன்பம் கொடுக்கும் ஆதலால்
நட்பில்லாதது கோடியில் சிறந்ததாம்.

பாடல் 169

கல்லாது போக்கிய நாளும், பெரியோரிடத்தில்
செல்லாது கழித்த நாளும், இயன்றதை
இரப்போர்க்கு கொடாத கழித்த நாளும்,
பண்பான மக்களிடம் உண்டாகாது.

பாடல் 170

பெரியோர்க்கு பெருமை, எளிமையும் செருக்கில்லா
பணிவுமாகும், மெஞ்ஞானிக்கு பண்பாவது மனத்தையும்,
உடலையும், அடக்குவதாம் தம்மைசார்ந்தவரை வறுமை
போக்குபவர் செல்வரே ஆவார்.

அதிகாரம்-18
நல்லினம்சேர்த்தல்

பாடல் 171

அறியாப் பருவத்தில் அடக்கமில்லாமல் நெறியில்லாதை
செய்தமையால் நேர்ந்த பாவங்களும், நல்லவரோடிணைந்து
நற்செயல் செய்ய வெயில்பட புல்லின்
மேல் பனிநீராய் மறையுமே.

பாடல் 172

அறத்தின் நெறியை அறியுங்கள் ! எமனுக்கு
அஞ்சுங்கள் அறியாரதவர் கடுஞ்சொல் பொருத்துகொள்ளுங்கள்!
வஞ்சனையின்றி தீயோரை ஒதுக்கி! எப்போதும்
பெரியோரை அறிவுரை கேளுங்கள்!

பாடல் 173

அன்புடையோரை பிரிதலும், மருந்தால் தீராநோயும்,
மரணமும் உடம்புக்கு உடனேவரும் தொடர்ந்துவரும்,
பிறப்பினை துன்பம் வருவதென்றறியும் அறிவுடையாரை
கதியென பற்றிக்கொள் மனமே.

பாடல் 174

பிறப்பு துன்பம் தருவதெனினும் நற்குணங்கள்
நிறைந்த நல்லோருடன் சேர்ந்து அவர்களைப்போல
நற்வழிகளில் அவர்களை போலவே வாழ்வாராயின்
அப்போதிந்த பிறப்பினை வெறுக்கமாட்டார்.

பாடல் 175

சாக்கடைநீரும் கடலில் சேர்ந்தால், தன்மையும்
மாற்றமாகி பெயரும் மாற்றமாகி 'தீர்த்தமாகும்'
பெருமையில்லா குடியில் பிறந்தவரும் பெரியோருடன்
சேர்ந்தால் மலைபோல் உயர்ந்திருப்பர்.

பாடல் 176

அழகிய வானத்திலே ஒளியான சந்திரனை
சேர்ந்திருப்பதால், சந்திரனை தொழும்போது வானத்தையும்
தொழுவார்கள், சிறப்பு இல்லாதவரும் குன்றுபோலுள்ள
நல்லவரைசேர சிறப்பு பெறுவார்,

பாடல் 177

பாலுடன் கலந்தநீர் பாலாகவே தோன்றுமேயன்றி
நீரின் நிறத்தை வேறுபடுத்தாது. அதுபோல்,
நற்குணமுடைய பெரியோருடன் சேர்ந்தால் சிறியோரின்
சிறுமையான குணம் தோன்றாது.

பாடல் 178

கொல்லையில் மரத்தோடு சார்ந்து வளர்ந்த
புல்லானது, உழவன் கலப்பைக்கு ஒருபோதும்
அசையாது. வலிமையற்றவனும் வலியவரை சார்ந்திருக்க
பகைவனின் சினம் பாயாது.

பாடல் 179

நிலத்தின் வளத்தால் சிறக்கும் நெற்பயிர்
சேரும் கூட்டத்தின் சிறப்பாலுயர்வர். மக்கள்
சுழலாலழியும், மரகலமாய் ஒருவனின் உயர்குணம்
தீயோரொடு சேர்தலால் கெடும்.

பாடல் 180

காடெரியும்போது மணக்கும் சந்தனம் வேங்கை
மரமும் வெந்து போகும். அதுபோல
குற்றமில்லாத நல்லவராயினும் சேர்ந்த தீமையான
இனத்தின் காரணமாக இகழபடுவர்.

அதிகாரம்-19
பெருமை

பாடல் 181

பொருளில்லாததால் பிறருக்கு கொடுக்க இயலவில்லை.

இளமையும் வீணாக கழிந்தது மனைவி

மக்களும் இல்லை; 'இன்னும் வாழ்வோமெனும்'

ஆசையை துறப்பதே நல்லதாகும்.

பாடல் 182

இல்வாழ்க்கையால் இன்புற்றோம்; என்றெண்ணி வரப்போகும்

துன்பத்தை மறந்து நடப்பர் அறிவிலாதவர்.

இல்லறயின்பம் நிலையானதுபோல் நிலையில்லாதென உணர்ந்தவர்

ஒருபோதும் வருந்தார் வாழ்கையில்.

பாடல் 183

இருந்த இடத்தில் இருந்தே உங்கள்

இளமைபருவம் மாறிபோகலாம். வேறுபாடுகளும் உண்டாகலாம்.

மறுபிறவிக்கு வித்தாகிய நல்லறங்களை மயக்கமின்றி

செய்து அறியுடையோராய் வாழுங்கள்.

பாடல் 184

கோடையிலும் நீர்சுரக்கும் கிணறு தண்ணீரை

உண்ண கொடுத்து ஊரை காப்பாற்றும்.

பெரியோர் வறுமையால் தளர்ந்தாலும் பிறருக்கு

கொடுப்பர். சிறியோர் தரமாட்டார்.

பாடல் 185

வெள்ளகாலத்திலும் நீர்கொடுக்கும் கோடையில் வற்றினாலும்,

தோண்டநீர் கொடுக்கும். ஆறுபோல் பெரியோர்

செல்வத்தை கொடுப்பார் வறுமையே வந்தாலும்

இயன்றதை கொடுத்து உதவுவார்.

பாடல் 186

பெரிய மலைகளையுடைய நாட்டின் மன்னனே!
பெரியோரின் சிறிய குற்றமும் எருதின்
மேல்போட்ட சூடாய் தெரியும். சிறியோர்
எருதையே கொன்றாலும் தெரியாது.

பாடல் 187

அற்பதனமிக்க, நற்குணமில்லாத இல்லாதவிடத்து நட்பு
கொண்டு இருக்கும்வரை துன்பம் மிகுந்தேயிருக்கும்.
விளையாட்டுக்கும் தீயவை நினைக்காத பெரியோரின்
கொண்ட பகையும் பெருமையே.

பாடல் 188

மென்மையான பெண்களிடம்,மென்மையாகவும்! பகைவரிடத்தில்,
மென்மையின்றி எமனஞ்சும் குணத்தோடும்! பொய்யர்கூட்டத்தில்
பெரும் பொய்யாராக! நல்லவர் கூட்டத்தில்
நன்மையின் வரம்பராய் விளங்குக!

பாடல் 189

கடுமையான முகத்தோடு கடுஞ்சொல் பேசுபவன்
பிறர்பற்றி பொல்லாத கோள் சொல்லி
அறிவை மயங்க செய்தாலும், பிறர்பால்
வேறுபாடின்றி விளங்குபவரே பெருமையானவர்.

பாடல் 190

உண்ணுமுன் அறம் செய்து உண்பார். சான்றோர்
அப்படியுண்டது காமம் வெகுளி மயக்கமெனும்
மூன்று குற்றத்தையும் போக்கிடும், வாழ்நாளில்
அவர்களை துன்பத்திலிருந்து காப்பாற்றும்.

அதிகாரம்-20
தாளாண்மை

பாடல் 191

நீர்கொள்ளா ஏரியின்கீழ் விளையும் பயிர்போல்
உறவினரிடம் உண்டுகளித்து வறுமையில் இறப்பர்.
வாளின்மேல் கூத்தாடிஉழைக்கும் மகளிருக்கு
பிழைபட்ட வாழ்வு உண்டாகுமோ?

பாடல் 192

அசையும் கொம்பான இளஞ்செடி மரமானால்
ஆனை கட்டும் தறியாகும். ஒருவன்
தன்னைத் தாழ்ந்த நிலையில் இல்லாமல்
முயற்சித்தால் வாழ்க்கை வளமாகும்.

பாடல் 193

உணவில்லாமல் போனால் புலியும் சிறுதேரையை
உண்ணும், அறிவினால் ஆராய்ந்த எத்தொழிலும்
அற்பமென எண்ணவேண்டா அத்தொழிலே முயற்சியால்
உயர்ந்த தொழிலாய் உருவெடுக்கும்.

பாடல் 194

சோலைகள் சூழ்ந்த கடற்கரையையுடைய வேந்தனே!
முடியாத செயலை முடிப்பதே ஆண்மையாகும்.
எடுத்தகாரியம் எளிதில் முடிமென்றால் பெண்களே
முடித்து பெருமையடைய மாட்டார்களா?

பாடல் 195

'நற்குலமும்' 'தீயகுலமும்' கூறுவது சொல்லளவேயாகும்
பிரித்து கூறுவதில் பெரும் பொருளில்லை.
பொருளும் தவமும் கல்வியும் முயற்சியும்
நான்கிலும் நற்குலம் அமைவதாகும்.

பாடல் 196

ஆற்றும் செயலை, அடக்கியே உரையார்
அறிவுடையோர். பிறர் முயற்சியினை அவர்தம்
உறுப்புகளின் குறிப்பினால் ஆராய்ந்து அறிவார்கள்.
இத்தகையோர் கீழடங்கும் உலகம்.

பாடல் 197

கரையானரித்த ஆலமரத்தை விழுதுகள் தாங்குவதுபோல்,
தந்தையின் முதுமையில் தளர்ச்சி உண்டானால்,
அவன்பெற்ற மகன் முன்வந்து பாதுகாக்க,
தந்தையின் தளர்ச்சி நீங்கும்.

பாடல் 198

ஆனையின் முகத்தை தாக்கி புண்படுத்தவல்ல
கூர்மையான நகங்களையுடைய, வலிமையான சிங்கத்தை
போன்ற வலிமையுடையோர், வறுமையுற்றாலும் மானம்
கெடத்தக்க செயலை செய்யமாட்டார்.

பாடல் 199

இனிமையான கரும்பில், குதிரையின் பிடறியின்
முடிபோல் கற்றையான பூவானது, நறுமணத்தை
இழந்ததுபோல், தன்பெயரை நிலைநாட்டாமல்
சிறந்த குடியிலே பிறந்தென்ன?

பாடல் 200

முயற்சியற்ற கீழ்மக்கள் பெருமுத்தரையர் மகிழ்ந்துதரும்
கறிகளோடு உணவை உண்டு மகிழ்வர்.
கறியின் பேரையுமறியார் மேலோர் முயற்சியால்வரும்
நீருணவாயினும் அமிழ்தமாக உண்பர்.

அதிகாரம்-21

சுற்றம் தழால்

பாடல் 201

கருக்கொண்ட காலத்து உண்டாகும் மசக்கையும்,
குழந்தை பெறுங்காலத்து உண்டாகும் நோவும்,
குழந்தையை கண்டதும் தாய் மறப்பது போல
சுற்றத்தாரை கண்டதும் துன்பமோடும்.

பாடல் 202

கோடையில் தங்கியோற்கு நிழல்மரம்போல,
தன்னை சார்ந்த சுற்றத்தாரை காத்து.
பழுத்த மரமாய் பயன்தர வாழ்வது,
ஆண்மகனுக்கு உரிய கடமையாம்.

பாடல் 203

மலைகள் பொருந்திய நாட்டின் மன்னனே!
மரத்தில் காய்கள் பெரியதாய் காய்த்தாலும்
தாங்காத கிளைகளில்லை. பெரியோர் சுற்றத்தாரை
'தாங்காமாட்டோம்' என்று சொல்வதில்லை.

பாடல் 204

உலகறியுறவு கொண்டாலும் சிற்றினவுறவு நீடிக்காது.
பிறரை தாங்குவோருறவு நீடித்திருக்கும். பெரியோர்
வீட்டின் நெறியில் ஊன்றி நிற்பதுபோல்
நிலையாய் நிலைத்து நிற்கும்.

பாடல் 205

இவர், இப்படிப்பட்டவர்; எம் உறவினர்; அயலாரென்று
வேறுபாடாய் சொல்லாத இயல்பினராய், வறுமையான
மக்களின் துயரத்தை களைபவரே யாவர்க்கும்
தலைவராகும் தன்மை உடையவர்.

பாடல் 206

பொற்கலத்திலிட்டு, புலிநகம்போல் சர்க்கரை பாலிட்ட
வெண்ணிற சோற்றை பகைவனிடத்தில் உண்பதினும்,
உப்பில்லாத கூழை சுற்றாதிரிடத்திலே, எக்காலத்திலும்
இட்டு உண்ணுதல் இனிதாம்.

பாடல் 207

பகைவர் இல்லத்தில் பொறிகறியுடன் விருந்துண்டாலும்
வேம்புக்கு நிகராகும், உணவின் நேரம்
கடந்தாலும் ,சுற்றதாரிடமிருந்து கீரையுணவு கிடைத்தாலும்
அதுவே உண்ண இனிதாகும்.

பாடல் 208

சம்மட்டி போல, வெறுக்காமல் இருக்கும்படி நாள்தோறும்
நெருங்கி இதமாக வாங்கி உண்பவர்களும்,
காலம் வாய்த்தால் குறடுபோல கைவிடுவார்,
உறவினரோ நெருப்பிலும் மூழ்குவர்.

பாடல் 209

நறுமண மலர்சூடியவளே! உறவினர்க்கு உறவினவராவாகி,
அவர்களோடு சேர்ந்து சாகும்வரை இன்புறும்போது,
இன்புற்று துன்புறும்போது துன்புறாவிடில், மறுபிறப்பிலே
அவர்களுக்கு உதவுவதும் உண்டோ?

பாடல் 210

தன்னை விரும்பாதார் வீட்டிலே உண்ணும்,
பூனைக்கண் நிறமுள்ள, பொரிக்கறியும் வேம்பாகும்.
விருப்பம் கொண்டவர் வீட்டில் உண்ணப்படும்
கூழும் அமிழ்தம் ஆகும்.

அதிகாரம்-22
நட்பாராய்தல்

பாடல் 211

கற்றறிந்து கருத்துணர்ந்தவரின் நட்பு கரும்பை
நுனியிலிருந்து தின்பதுபோல். இறங்கிபோக இனிப்பானது
எக்காலத்திலும்நன்மையில்லாதவன் நட்பு, அடிக்கரும்பை
தின்பதாகும் ஏறிபோக இனிப்பற்றது.

பாடல் 212

பொன்னிற அருவியின் ஓசையில் பறவைகள்
அஞ்சியோடும் மலைநாட்டு மன்னனே! குடிபிறப்பை
நோக்கியிவர் மாறமாட்டார் நம்பிக்கையால் நட்பின்றி
மனநிலையறிந்து நட்புகொள்வது என்பதில்லை.

பாடல் 213

யானையின் நட்பைவிட, நாயிடம் நட்பு
கொள்ளுக பழகினாலும் யானை பாகனையே
கொல்லும்! வேலெறிந்து கொன்றாலும் கண்டதும்
வாலை ஆட்டி செல்லும்.

பாடல் 214

பலநாட்களாகப் பழகுவராயினும் மனத்துடன் பொருத்தமில்லாதரோடு
அறிவுடையோர் சேரமாட்டார்கள். நெஞ்சம் பிடித்தாரோடு
நட்பினை தம்மைவிட்டுப் வெகுநாட்கள் விலகியிருந்தார்கள்
என்பதற்காக அவர்களைக் கைவிடுவார்களோ?

பாடல் 215

மரத்தின் பூவைப்போல பூத்தபின் உதிரும்வரை
மூடாதிருப்பதுபோல், தொடங்கி முடியும்வரை இருப்பதே
நட்பாகும் குளத்தின் பூக்களாய் மலர்ந்து
சுருங்கும் நட்பை விரும்புவாரில்லை.

பாடல் 216

நட்பில் கடையாவார், தினம் நீரிடும் பாக்குமரமாய்,
இடையாவார், விட்டு நீரிடும் தென்னையாய்
முதலாவார் விதையிட்டயன்று விட்ட நீரோடு
பராமரிப்பின்றி பனைமரம்போலபயன்படுவார்

பாடல் 217

அரிசி கழுவிய நீரிலே உப்பின்றி வெந்த,
கீரையானாலும் அன்புடன் பெற்றால் அமிழ்தமாகும்.
வெள்ளி சோறேயாயினும், அன்பிலாதார் தருவதானால்
எட்டிக் காயைத் தின்பது போலாகும்.

பாடல் 218

நாயின்கால் விரல்போல் நெருக்கமாய் இருந்தாலும்,
ஈயின் காலளவு உதவாதார் நட்பால்
எந்தபயனுமில்லை, வயலை விளையும்படி செய்கின்ற
வாய்க்காலைப்போல் தூரத்திலிருந்தாலும் நட்புக்கொள்க.

பாடல் 219

தெளிவில்லாதவர் நட்பைவிட பகை நல்லது;
மருந்தினாலாகாத நோயினும் சாதல் நல்லது;
மனம் வருந்தும்படி இகழ்தலைவிட கொன்றிடலாம்
புகழ்தலைவிட பழித்தல் நல்லது.

பாடல் 220

பலருடன் சேர்ந்து பலருடைய குணங்களையும்
ஒப்பிட்டு தகுதியுடைய மேலோரை நண்பராக்குக.
பல்லினால் கடித்து கொல்லும் பாம்போடாயினும்,
பழகிவிட்டுப் பிரிதல் துன்பம்தரும்.

அதிகாரம்-23
நட்பின் பிழைபொறுத்தல்

பாடல் 221

நெல்லுக்கு உமியுண்டு; நீருக்கு நுரையுண்டு;

பூவுக்கு இதழுண்டு; இவையெல்லாம் குறையாகும்,

நண்பராக ஏற்றுகொண்டபின், கெட்டவரானாலும் குற்றத்தை

பிறரியாமல் நட்பினாராக மதிக்க வேண்டும்.

பாடல் 222

அடைத்தாலும் கரையை உடைத்தாலும், நீருடன்

யாரும் சினம் கொள்ளார்; நண்பராய்

ஏற்றுக்கொண்டு அவர்கள் பிழைகளை செய்தாலும் .

சான்றோர் அவற்றைப் பொறுத்துக்கொள்வர்..

பாடல் 223

வண்டுகள் ஆரவாரிக்கும் மலைநாட்டு அரசனே!

ஒருவனுடைய பொறுமையினால் இருவருடைய நட்புவளரும்.

நண்பர் தீயனவற்றைச் செய்தாலும், பொறுத்தல்

தகுதியான செயல் அல்லவா?

பாடல் 224

அலைகள் கொணர்ந்த முத்துக்களை, வேகமுள்ள

கப்பல்களில் கரையிலே அலையச் செய்கின்ற வேந்தனே!

நண்பர்கள் நற்குணம்இல்லாதவரானால் நெஞ்சைசுடவே

நம்மாலேயே மூட்டப்பட்ட தீயாவர்.

பாடல் 225

பொன்னுடன் வீட்டையும் சுட்டெரிக்கும் நெருப்பையும்,

வீட்டில் உண்டாகிப் போற்றி வருகிறோம்.

இடையிடையே துன்பங்களைச் செய்தாலும் நண்பர்களைப்

பொன்போல் மேலாகக் கொள்ளவேண்டும்.

பாடல் 226

உயர்ந்த மலைகளையுடைய நாட்டுக்கு அரசனே!
கண்ணைக் குத்தியதென்று விரல்களை வெட்டுவார்களா?
துன்பங்களைச் செய்தாலும் நண்பர்களை விலக்கி
விடுதல் தகுதியாகுமோ? ஆகாது.

பாடல் 227

குளிர்ந்த கடற்கரையையுடைய நாட்டின் அரசனே!
நண்பர் தீயனவற்றைச் செய்தாலும், சான்றோர்,
மனத்தில் கொள்ளார் குற்றத்தை எடுத்துரைக்காதவர்
தீமைசெய்யும் நண்பரைவிடத் தாழ்ந்தவராவர்.

பாடல் 228

ஒலிக்கும் மலை அருவிகளையுடைய நாட்டுக்கு அரசனே!
அயலாரின் கொடுமையான தீங்கை விதியென்றுகொள்ள
அன்பு மிகுந்தவர் உரிமையால் செய்த தீமை
நெஞ்சில் நின்று சிறந்ததாகிவிடும்.

பாடல் 229

நண்பரென்று ஏற்றபின் நண்பர்குரிய தன்மையில்லாதவரென்று
உணர்ந்தாலும் அப்போதும் அவர்களைத் நம்முடைய
நண்பர்களைவிட மேலாகக்கருதி, நண்பராதற்குரிய பண்பில்லாததை
மனத்திற்குள்ளேயே அடக்கிக்கொள்ள வேண்டும்.

பாடல் 230

ஒருவனை மனதார நண்பனாக ஏற்ற பிறகு,
அவனது குற்றத்தையும் ஆராய்ந்து திரிந்தால்,
நண்பனின் குற்றத்தை மறைக்காது வெளிப்படையாகத்
தூற்றுபவன் நரகத்தைச் சென்றடைவான்.

அதிகாரம்-24

கூடா நட்பு

பாடல் 231

பொங்கிவிழும் அருவிப்புனலின் மலைநாட்டு மன்னனே!
சுயநலவாதிகள் பழையவீட்டினுள்தண்ணீர் புகாதவாறு
அணைகோலியும், முன்னரே புகுந்தநீரை இறைத்தும்
காரியமாகும்வரை நம்மிடம் இருப்பர்.

பாடல் 232

வெண்மையான அருவிகளைக் கொண்ட மலை நாடனே!
உயர்ந்தோர் நட்பு சிறப்புடையதாய் மழைபோலாகும்,
நற்குணமில்லாதார் நட்பு மிகுந்தால், மழைபெய்யாமல்
வறண்ட காலத்தை போன்றதாகும்.

பாடல் 233

நுட்பமான அறிவினை உடையவர்களுடன் நட்புச்செய்து
பயனை அனுபவித்தல், விண்ணுலக இன்பம்போல,
பயனில்லாதவருடன் நட்புக் கொள்ளுதல் நரகங்கள்
ஒன்றினுள் துன்பம் தருவதாகும்..

பாடல் 234

சந்தன மரத்தோப்புடைய மலை நாடானே!
அன்பில்லாதவரின் நட்பு வளர்வதாய் தோன்றி,
வைக்கோலில் பற்றிய தீயைப் போல,
கணப்பொழுதும் நில்லாது கெடும்..

பாடல் 235

செய்யமுடியாத காரியங்களை செய்வோமென்று உரைத்தலும்,
செய்யமுடிந்த காரியத்தை முடிக்காமல் காலம்கடத்தலும்
உண்மையாகவே, இன்புறத்தக்க பொருள்களையெல்லாம் வெறுத்து
துறந்தவர்க்கும் அப்பொழுதே துன்பத்தைதரும்.

பாடல் 236

ஒரே குளத்தில் பிறந்தாலும், மணமான
குவளைக்கு இணையாகாது, அல்லி அதுப்போல்
குணமுள்ளோர், நட்பை பெற்றாலும் நற்குணங்கள்
இல்லாதார் செயல் வேறுபடும்.

பாடல் 237

பெண் குரங்கு, தந்தையாகிய ஆண்குரங்கினை,
கைகளால் முறுக்கிக், குத்தி கனிகளை
பறித்துக் கொள்ளும், மலை நாட்டின்
மன்னனே! மனம் பொருந்தாதவரிடம் கொள்ளும்
நட்பு துன்பம் தருவதாகும்..

பாடல் 238

நண்பன் துன்புற்றபோது விரைந்து சென்று
அவனது துன்பத்தைப் போக்காவிடின், நண்பனின்
மனைவியைக் கற்பழித்த பாவி செல்லும்
நரகத்திற்கு நான் செல்வேனாக.

பாடல் 239

தேன்கூடுகள் பொருந்திய மலைநாட்டு மன்னனே!
அறிவுள்ளோர் நட்பு நீக்கி அறிவில்லாதவரின்,
நட்பு கொள்ளுதல் நெய் பாத்திரத்தில்,
வேப்பெண்ணெயை ஊற்றிவைத்தது போலாகும்..

பாடல்240

அழகுடையவனிடம் உபகாரம் இல்லாமை, பாலில்
நீரைக் கலந்ததுபோல். அறிவுடையோர் தீயோரைச்
சார்ந்தது நாகப்பாம்பு விரியன் பெட்டையுடன்
புணர்ந்து உயிரைவிட்டது போலாகும்..

அதிகாரம்-25
அறிவுடைமை

பாடல் 241

இளம்பிறைச் சந்திரனை விழுங்காது பாம்பு,
வெல்லும் தகுதியுடையோர் பகைவர் மெலிந்திருக்கும்
சமயம் பார்த்து, மெலிவுக்குத் வெட்கியே
அவருடன் போரிட போகமாட்டார்கள்..

பாடல் 242

குளிர்ந்த கடற்கரையையுடைய நாட்டுக்கு அரசனே!
வறுமையுற்ற மக்களுக்குஅணிகலமாவது அடக்கம்
அடக்கமின்றி அளவு கடந்து நடப்பாராயின்
வாழ்பவரின் குலமும் இழித்துரைக்கப்படும்.

பாடல் 243

எம்மண்ணில் விதைத்தாலும் எட்டி தென்னைமரமாகாது,
தென்னாட்டவரும் நல்லறத்தால் தேவருலகம் செல்வதால்,
முயற்சியாலே மறுபிறவி கிடைக்கும். பிறந்தயிடத்தாலில்லை
வடநாட்டாரும் முயற்சியின்றி நரகம் போவார்.

பாடல் 244

வேம்பின் இலைகளிடையே வாழை பழுத்தாலும்
இனியசுவை சிறிதும் வேறுபடாது. பண்புடையார்
சேர்ந்தயினம் தீயதாகிலும் அவர்கள்மனம்
தீயதாகும் தன்மை இல்லை.

பாடல் 245

குளிர்ந்த கடற்கரையையுடைய நாட்டுக்கு அரசனே!
கடலருகிலும் இனியநீர் உண்டாகும் மலையருகிலும்
உப்பு நீர்சுரக்கும். மக்கள் இனத்தால் சிறப்பல்ல
மனத்தின் இயல்பாலேயே சிறப்பு.

பாடல் 246

புன்னை மரங்களால் பொலிவுபெற்ற கடற்கரையுடைய
மன்னனே! நிலையான மனத்தோர் நீங்குதலுக்குபின்,
சேர்தலும் செய்வார்களா சேர்ந்து நீங்குதலினும்
நட்புச் செய்யாதிருப்பது நல்லது.

பாடல் 247

குறிப்பால் உணரும் நுண்ணறிவு உடையோரை
நண்பராகக் கொண்டால் இன்பமாகும், எண்ணங்களை
உணராதவரை நட்பாக்கினால் உண்டாகும் துன்பம்
அவர்களை பிரியத்தானே நீங்கும்.

பாடல் 248

நன்னிலையிலே தன்னை நிறுத்திக் கொள்பவனும்,
அந்நிலையை கெடுத்து தாழ்நிலைக்கு செல்கிறவனும் ,
நிலையிலிருந்ததிலும் மேலான நிலைக்கு செல்பவனும்,
தலைவனாக ஆக்கிகொள்வதும் அவனேயாவான்..

பாடல் 249

அலைகள் ஆரவாரம் செய்யும் கடற்கரையுடைய
மன்னனே! நற்காரியம் நிறைவேறும் பொருட்டு,
பெருமையுடையோரும் அறிவிலார் பின்னே செல்வது
அறியாமையன்று; அதுவும் அறிவுடமையே.

பாடல் 250

தொழிலால் பொருள்சேர்த்து, இன்பமும் கண்டு தருமத்தையும்,
இப்பிறப்பிலேயே இம்மூன்றும் நிறைவேறுமானால், அச்சாதனை
வாணிகத்தை முடித்து சேரவேண்டிய துறைமுகத்தை
சேர்ந்த கப்பல்போல் இன்பந்தரும்.

அதிகாரம்-26

அறிவின்மை

பாடல் 251

பெண்ணியல்பு மிகுந்து ஆணியல்பு குறைந்த
பேடியும் கண்ணிறைந்த அணிகலன்கள் அணிந்தாலும்
செல்வமாகாது, ஆராய்ந்து நோக்குமிடத்து, அறிவின்மையே
வறுமையாகும் அறிவே செல்வமாகும்.

பாடல் 252

நூல்கேள்விகளால் பயனை அறிந்த நல்லறிஞர்
வறுமைத் துன்பத்தால் வாடுவதற்குரிய காரணம்
சிறப்புள்ள நாவிற்குரிய கலைமகள் தங்கியிருப்பதால்
திருமகள் வெறுப்புற்று சேரமாட்டாள்.

பாடல்253

படியென்று சொல்லியும், அச்சொல்லை மதியாது
புறக்கணித்தவன், ஓலையைப் பலருக்கு முன்னிலையில் '
படியென்றால், வெகுண்டு அவனைத் தாக்கத்
கோலைக்கையில் எடுத்துக்கொள்வான்.

பாடல் 254

படிக்காமலே உயரமாக வளர்ந்த ஒருவன்,
நல்லறிவாளர் அவையில் பேசாமல் இருந்தாலும்
நாய் இருந்ததுபோலாம். ஏதாவது பேசினாலும்
நாய் குரைத்தது போலாம்.

பாடல் 255

அறிவொடு பொருந்தாதவன் புலவர் அவையில்
புகுந்து, கல்லாதவற்றையெல்லாம் ஆரவாரமாக எடுத்துரைப்பர்.
அறிவுடையவரோ பொருளோடு பொருந்தாது போய்விடுமோ
எனக்கருதி உடனே சொல்லார்.

பாடல் 256

புலவர்,பேசினால் பிழையாகுமோவென கண்டபடிபேசார்.
கற்றறியாதவரோ வாய்க்கு வந்தபடி பேசுவர்.
பனைமரத்தில் உலர்ந்த ஓலைகள் ஒலியெழுப்பும்.
பச்சைஓலை அவ்வாறு ஒலிப்பதில்லை.

பாடல் 257

அறியாதவர்களுக்குஅறத்தைசொல்வது, பன்றியின்
தொட்டியில் மாங்கனிச்சாற்றை ஊற்றுவது போலாகும்.
குன்றின்மேல் அடிக்கப்படும் குச்சியும் இறங்காததுபோல்
அறவுரையும் காதுகளில் இறங்காது.

பாடல் 258

பலநாளும் பாலால் கரியைக் கழுவினாலும்
வெண்மையாகும் தன்மையில்லை அதுபோல, என்னதான்
கோலால் அடித்துக் கூறினும் புண்ணியம்
இல்லாதவனுக்கு அறிவு வராது..

பாடல் 259

பூவானது தேனோடு நறுமணம் வீசினாலும்
ஈயானது தேனின்றி இழிவானதை உண்ணும்
பெரியோரிடமிருந்துவரும் தேன்போன்ற உரைகள் அறிவிலார்க்கு
என்ன பயனைத் தரும்?

பாடல் 260

கற்றவர் உரைக்கும் குற்றமற்ற, கருத்துக்களைத்
நெஞ்சம் பிடித்து வைத்துக்கொள்ளாது உதைத்துத்
தள்ளுவதால் கீழ்மகன், கீழ்மகனோடு உரையாடுவதற்கு
புல்லிய அவையைக் கூட்டுவான்.

அதிகாரம்-27
நன்றியில்செல்வம்

பாடல் 261

பக்கத்திலேயே பழுத்தாலும் விளாம்பழத்தை வெளவால்
நெருங்காது, அதுபோல் தாமிருக்கும் பக்கத்தில்
இருப்பவராயினும் பெருமையில்லாதவர் செல்வம் தருவாரென
ஏழைகளால் நினைக்க தக்கதன்று.

பாடல் 262

அள்ளிகொள்வதுபோல் அரும்பாய் இருந்தாலும், சூடாததால்
கள்ளி மரத்தின்மீது கைநீட்டுவதில்லை, அதுபோல்
பெருஞ்செல்வம் இருந்தாலும் பயன்படாமையால் கீழ்மக்களை
அறிவுடையோர் விரும்பி சேரமாட்டார்கள்.

பாடல் 263

மக்கள் அலைகளையுடைய கடற்கரையில் இருந்தாலும்,
தோண்டி சுரக்கும் உப்பில்லாத நீரையே
பருகுவர். அருகிலிருப்பவர் செல்வந்தராயினும் ஈயாதவரைவிட்டு
தூரத்தில் சென்று கேட்டுபெறுவர்.

பாடல் 264

கடல்சூழ்ந்த இவ்வுலகில் செல்வத்குறிய புண்ணியமும்
அறிவிற்குறிய புண்ணியமும் வேறாகவே இருக்கிறது.
கல்வியறிவுடையார் வறுமையாயிருக்க அற்பர்கள் பட்டாடையும்
பருத்தியும் உடுத்தி வாழ்கிறார்கள்.

பாடல் 265

அறிவுடையோரும் குணமுடையோரும் வறியவராக இருப்பர்,
அறிவற்ற அற்பரோ செல்வந்தராகயிருக்க காரணம்
பழைய வினைபயனின்றி வேறு காரணமில்லை எப்படி
ஆராய்ந்தாலும் அதுவே காரணம்.

பாடல் 266

நறுமணமற்ற தாமரை மலரில் இருக்கும்
அழகான திருமகளே பொன்போன்ற குணமுடைய
மேன்மக்களை விட்டுவிலகி, கீழ்மக்களைச் சேர்கிறாய்!
பூமியில் சாம்பலாகி அழிந்திடுக.

பாடல் 267

வேல்கண்ணவளே! நல்லவரிடம் இருக்கும் வறுமைக்கு
வெட்கம் இருக்காதோ? நன்மையே செய்யாதவரிடம்
நீங்காமலிருக்கிறாய், வறுமையும் செல்வமும் கீழோரிடமும்
நிற்பதை கண்டு வியப்பாயாக!

பாடல் 268

வெட்கம் உள்ளவர்கள் வறுமை உற்றபோதும்
உழைத்தே உண்பர், வெட்கமில்லாதவர் உழைக்காமல்
உடல்மேல் வியர்வை மிகுதியாக, பொரிக்கறி
உணவை உண்டு மகிழ்வர்.

பாடல்269

பொன்போல் நிறமுடைய செந்நெல்லும், கதிர்களுடன்
வாடிகொண்டிருக்க, மின்னல் விளங்கும் மேகமானது
அங்கே பெய்யாது கடலிலே பெய்யும்.
அறிவற்றார் செல்வமும் அப்படியே.

பாடல் 270

உலகினையறியும் அறிவிலாதார் கற்றவராயினும் கல்லாதவரே,
உலகினையறியும் அறிவுடையார் கல்லாராயினும் கற்றவரே,
வறுமையிலும் இரவாதவர், செல்வராவார் வறியோருக்கு
கொடுக்காதவரும் வறியவரேஆவார்.

அதிகாரம்-28

ஈயாமை

பாடல் 271

நண்பருக்கும் நண்பரல்லாதவர்க்கும் பொருளை கொண்டு
சமைத்து பகுத்துகொடுத்து உண்பதே சமையலாகும்,
கதவைமூடி தாம்மட்டுமே உண்ணும் சுயநலவாதிகளுக்கு
மேலுலக கதவுகள் அடைக்கப்படும்.

பாடல் 272

எவ்வளவு சிறியதாகினும் கொடுப்பவர் பிறவிபயனை
பெறுவார்கள் பெருஞ்செல்வம், வந்தபின் கொடுப்போம்
என்போர் அறமற்றவரென பிறரால் பழிக்கின்ற;
துன்பக்கடலில் வீழ்ந்து அழிந்தவராவார்.

பாடல் 273

பொருளை அனுபவிக்காதவனாய் துறவிகளுக்கும் ஈயாதவனாய்,
பொருளை அப்படியே விட்டுவிட்டு இறந்துபோகும்
அறிவில்லாதவனை, அவன்தேடிய பொருளும் சிரிக்கும்.
அறம்செய்து மறுபிறவி பெறவில்லையென்று.

பாடல் 274

பிறருக்கு கொடுப்பதையும், தானும் அனுபவிப்பதையும்
அறியாத கஞ்சதனமான குணமுடையவனின் செல்வமானது,
வீட்டில் பிறந்த கன்னிபெண்ணை பிறர்
அனுபவிப்பதுபோல அயலாரே அனுபவிப்பர்.

பாடல் 275

மோதுகின்ற அலைகளை கடல் கொண்டிருந்தாலும்,
கடல்நீர் பயன்படாது, வற்றிபோகும் கிணற்றுநீரையே
பருகுவர் அறமென்பதை அறியாதாரின் செல்வத்தினும்
சான்றோரின் வறுமையே மேலானது.

பாடல் 276

எனதென்று சொல்லி கொண்டிருப்பான், கொடுக்காதவன்
நானும் எனதென்றே எண்ணிக் கொண்டிருப்பேன்.
ஏனெனில் கொடுக்கவும் மாட்டான் அனுபவிக்கவும்
மாட்டான் நானும் அதுபோலவே.

பாடல் 277

கொடுக்காத செல்வரைவிட வறுமையாளரே தப்பினார்,
துன்பங்களிலிருந்து செல்வத்தை இழந்தாரென்ற' பழி
சொல்லிலிருந்தும் காத்தலிலும் தப்பினார்; இப்படி
அவ்வறியவர் தப்பியது பலவுண்டு.

பாடல் 278

தன்பொருளை தரார் பங்காளிகளும் தரார்
இவன்கொடுக்க அவன் தடுப்பதில்லை அவன்
கொடுக்க இறந்துபோன இவன் தடுக்கபோவதில்லை
கொடாததற்கு காரணம் என்னவோ?

பாடல் 279

இரப்பவர் கன்றாக, கொடுப்பவர் பசுவாக,
அறிவுடன் கொடுப்பதே சிறந்த கொடையாம்.
அடித்தபின் பால்தரும் பசுவைப்போல் வலியவர்
வருத்தியபின் கொடுப்பவர் கீழ்மக்களே.

பாடல் 280

பொருளீட்டுவதும் துன்பம்; காப்பதும் துன்பம்;
குறைந்தாலும் துன்பம்; அழிந்தாலும் துன்பம்;
துன்பத்துகெல்லாம் காரணம் பொருளே அப்பொருளை
கொடுத்தால் இன்பம் வரும்.

அதிகாரம்-29
இன்மை

பாடல் 281

காவியை உடுத்தி ஞானியாய் வாழ்ந்தாலும்,
பத்தோ எட்டோ உடமை உடையவராயின்
மதிக்கபடுவொர். உயர்குடி பிறந்தாலும் ஒன்றுமில்லாதவர்
உயிரில்லா பிணத்திலும் இழிந்தவராகவே.

பாடல் 282

நீரினும் நுட்பமானது நெய்; நெய்யினும்
நுட்பமானது புகை; இரத்தலின் துன்பழுடையவன்
புகையும் புகாதயிடத்தில் புகுந்து காவலை
கடந்து செல்வரை நாடிச்செல்வான்.

பாடல் 283

கல்லடித்து கிளிவிரட்டும் காடுடைய மன்னனே!
மலைமீது காந்தளும் மலராதபோது, சிவந்த
புள்ளியுடைய வண்டினங்கள் போகாது. அவ்வாறே
பொருளில்லார்க்கு உறவினர் இல்லை.

பாடல் 284

பிணமானபோது பிடுங்கி தின்னும் காகம்போல்,
செல்வம் இருக்கையில் தொண்டு செய்வோர்
ஆயிரம்பேர்; வறுமையுற்று வண்டுபோல் திரிகையில்
நலமென்றா கேட்க யாருமில்லை.

பாடல் 285

அருவிநீர் கல்மேல் விழுந்து மாசுபோக
கழுவும் மலைகளையுடைய மன்னனே! வறுமையால்
சூழபட்டவருக்கு, குலத்தின் பெருமை கெடும்;
வல்லமையும் கல்வியும் கெடும்.

பாடல் 286

பசியின் துன்பத்தோடு தன்னிடம் வந்தவர்களுக்கு,
உள்ளூரிலிருந்தும் ஒன்றும் கொடுக்க இயலாதவன்,
அங்கேயே வாழ்நாளை கழித்து உயிர் விடாது,
வெளியே விருந்தாளியாகயிருப்பது நல்லது.

பாடல்287

முல்லை அரும்புகளை வருத்தும் பற்களை
உடையவளே! வறுமையென்னும் துன்பம் பெற்றவர்,
குணங்களையும் நிறைந்த ஓங்கியிருக்கும் நுண்ணறிவையும்,
அனைத்தையும் ஒருசேர இழப்பர்.

பாடல் 288

வறுமையால் துன்புற்று, யாசிப்பவருக்கு உதவமுடியாமல்,
வறுமையில் தானும் முயற்சியால் ஒன்றுமாகாமல்
உள்ளூரில் வருந்துவதைவிட ,வெளியூரில் கையேந்தும்
கெட்ட வழியே சிறப்பு.

பாடல் 289

அனுபவித்த பொருள் நீங்கிசெல்ல வறுமையுற்றபோது
பொன்னனிந்த கைகாலாளே செடிவளர்த்து கீரைகளை
வேகவைத்து பனையோலையே பாத்திரமாக்கி உப்பில்லாமல்
உண்டு துன்பத்துடன் வாழ்வர்

பாடல் 290

அருவிகள் மாறாமல் விழுகின்ற மலைநாடனே!
புள்ளிகளையுடைய வண்டினம், பூத்து உதிர்ந்த
கொம்பின்மேல் செல்லாது, அதுபோல பொருளில்லாமல்
வாழ்வோருக்கு உறவினர் இல்லை.

அதிகாரம்-30
மானம்

பாடல் 291

செல்வச் செருக்கினால் நற்குணம் இல்லாதார்
செய்யும் அவமதிப்பைக் கண்டபோது, மானமுள்ளவர்
மனத்தில், காட்டிலே படர்ந்து எரியும்
தீப்போல அனல் மிகும்.

பாடல் 292

மானமுடையோர் எலும்புகூடாகி அழிந்தாலும், தகுதியில்லாரிடம்
வறுமையை கூறமாட்டார். சொல்லாமலே குறிப்பால்
உணர்ந்துகொள்ளும் பேரறிவு உடையாரிடம் தம்முடைய
துன்பத்தை கூறமாலிருப்பாரோ? கூறுவார்கள்.

பாடல் 293

வறுமையிலிருந்தாலும், செல்வந்தரை வீட்டிற்குள் அழைத்து
மனைவியையும் அறிமுகம் செய்வோம். செல்வந்தரோ,
பார்த்தாலே கற்பானது கெடுமென வாசலிலேயே
சோறிடுவோரின் தொடர்பை விடுக.

பாடல் 294

கஸ்தூரி கமழும் கூந்தலையுடையவளே! மானமுடையரது
பெருமையான வாழ்க்கை இப்பிறவிலும் நன்மைத்தரும்.
இறந்தாலும் பெருமையை தரும்.ஒழுக்கநிலை
புண்ணியத்தால் மறுபிறவியிலும் மேன்மையாகும்.

பாடல்295

பாவமும் பழியும் தோன்றுமாயின் சான்றோர்
சாவதாயினும் செய்வதில்லை. சாவுத்துன்பம் கணப்பொழுதில்
அனுபவிக்கக்கூடியது. பாவமும் பழியும்போல உயிருள்ளவரை
நிலைத்து துன்பம் தருவதன்று.

பாடல் 296

வளமுடைய உலகிலே எல்லாரினும் செல்வம்
உடையவராக இருந்தாலும் வறியோர்க்குஉதவாராயின்
வறியவரே, வறுமையுற்றிருந்தாலும் செல்வந்தரிடம் இரவாதார்,
செல்வம் உடையவர் ஆவர்.

பாடல் 297

வில் புருவத்தில் வேலான கண்ணுடையவளே!
கீழோர் வாட்டும் பசிக்கஞ்சுவர்; இடைப்பட்டவரெல்லாம்
தமக்கு வருகின்ற துன்பத்திற்கு அஞ்சுவர்;
மேலோர் பழிக்கு அஞ்சுவர்.

பாடல் 298

நல்லவர்; அருளுடையவர்; இப்போது வறுமையுற்றார்'
என்றே இகழ்ந்து செல்வோர் அலட்சியமாய்
நோக்குங்கால், மானமுடையோர் உள்ளம் துருத்தியால்
உண்டாக்கும் நெருப்பாய் கொதிக்கும்.

பாடல் 299

நம்பியே வந்தவருக்கு கொடாதது நாணமன்று;
தீயவைக்கு அஞ்சும் அச்சமும் நாணமன்று;
செல்வந்தர் நமக்கு செய்த அவமரியாதையை
வெளியே சொல்லாதிருப்பதே நாணம்.

பாடல் 300

காட்டில் புலியும் வேட்டையாட இடப்பக்கம்
விழுந்தால், உண்ணாது இறக்கும். அதுபோல்
விண்ணுலகம் கிடைத்தாலும், மானம் கெட்டதாயின்
விண்ணுலகம் வேண்டார் சான்றோர்.

அதிகாரம்-31
இரவச்சம்

பாடல் 301

இவ்வறியவர்கள் நம்மால்தான் வாழ்கிறார்கள்; பொருள்
இல்லாதவர்கள்' தங்களை மேலானவராக மதித்து
மயங்கும் மனமுடையவர் பின்னே, தெளிந்த
அறிவினையுடையார் இரத்தற்குச் செல்வரோ?

பாடல் 302

தாழ்வதற்குக் காரணமான இரந்து வயிறார
உண்பதினும், இரத்தலை செய்யாமல் பசியோடு
இறப்பது குற்றமாகாது, இறந்தபின் பிறக்கின்ற
பிறப்பு, கண் இமைக்கும் நேரத்தில் நிகழ்வதல்லவா?

பாடல் 303

வறுமையால் இரத்தலை துணிந்து செய்பவருண்டு
இரந்தாலும் மென்மை வேண்டும் மேலோர்,
அன்புடன் அழைப்போர் இல்லத்தில் அல்லாமல்
வேறிடத்தில் தலை காட்டார்.

பாடல் 304

செல்வம் விலகினாலும், விதி வருத்தினாலும்,
ஊக்கம் குன்றாமல் உயர்நெறி கொள்வார்களன்றி,
புதைத்து வைத்திருக்கும் அற்பனிடம் இரந்து
தலைகுனிந்து நிற்க மாட்டார்கள்.

பாடல் 305

தம்பொருளை ஒளிக்காது கொடுக்கும் அன்புடைய,
கண்ணான இனியவர்களிடத்தும் இரவாமல் வாழ்வதே
இனிய தாகும் இரத்தலை நினைந்தாலே நெஞ்சுருகும்
யாசிப்போர் மனம் எப்படியிருக்குமோ ?

பாடல் 306

துன்பங்கள் சேரட்டும்; இன்பங்கள் விலகட்டுமென்று
மனதை நிறைவு செய்தால் தீருமது
ஆசை மனதுடன், அயலாரிடம் இரப்பதால்
ஒரு பயனும் கிடைக்காது.

பாடல் 307

குன்றுகளில் பொன்பரப்பும் அருவிகளையுடைய மன்னனே!
எக்காலத்திலும் மனிதர்கள் பிறந்துகொண்டே இருந்தாலும்,
பிறவாதவன் ஒருவன் உள்ளான் யாரென்றால்,
இரப்பாரை இகழாதவன் அவனே.

பாடல் 308

வறுமையானது உடலைவருத்த, அகத்தே ஒளிவிடும்
மெய்யறிவை விலக்கி, செல்வந்தனிடம் இரப்பானாகில்
அவனில்லையென மறுக்க கேட்டபோதே அவ்வறுமையாளன்
உயிர் விடமாட்டானா? விடுவான்

பாடல் 309

ஒருவரைச்சார்ந்து, வணங்கித் தாழ்ந்து வாழ்தலென்பது,
உலகத்தில் மானங்கெட்டு இரப்பதைவிட, பிறரைச்சார்ந்து
அவர் ஏவல் கேட்டு வாழுதல்
அவ்வளவு துன்பம் தருவதோ?

பாடல் 310

நெடுநாளின் நட்புரிமையால் உதவிநாடி வந்தவருக்கு,
பொருளொன்றை கொடுப்பாராக! நட்புரிமையால்மனநிறைவின்றி
ஏற்கமறுப்பின் கொடுத்தவர் மனதில் நீங்காது
நிலைத்து நிற்கும் தீயாகும்.

அதிகாரம்-32
அவையறிதல்

பாடல் 311

ஞானநூல்களை அறிந்தோர் அவையில் ஒன்றை
அறிந்துகொள்வதை விட்டு, அறிவற்ற பேச்சைப்பேசி அதையே
நிலைநாட்ட முற்படும் சிற்றறிவாளர் முன்னிலையில்,
அறிவார்ந்த சொல்லை கைவிடுக.

பாடல் 312

வாய்க்குவந்ததை சொல்லி உட்கருத்தை உணர்ந்தவராய்
தீயபுலவனை, நற்புலவர்கள் சேரமாட்டார்கள். நற்புலவர்களால்,
தீப்புலவன்பேச்சு தாழ்வதால் நற்புலவர் குலத்தை
பழிப்பதோடு சண்டைக்கு எழுந்திருப்பான்.

பாடல் 313

சொல்லாற்றலால் சொல்ல ஆசைபடுவோர் கற்றோரின்
திறமையறியார் கற்றதை சொல்லவும் அறியார்;
வாதத்தில் தோற்பதையும் அறியார்;அப்படியிருந்தும்
விடாமல் பேசிக்கொண்டே இருப்பார்.

பாடல் 314

அறிவற்றவன் ஆசிரியரை வழிபட்டு கற்காமல்,
பிறருக்கு சொல்லும்போது, தற்செயலாய் அறிந்த
பாட்டினை, கற்றோர் அவையில் நாணாமலுறைத்து
சிற்றறிவை வெளியே காட்டுவான்.

பாடல் 315

வெற்றியென்ற நோக்கத்தில் விலங்கினைபோலவே, உண்மையான
பொருளை ஏற்காமல் மனம்புழுங்கி, சினம்கொண்டு
சொல்லாற்றலை காட்டுவார். தம்பல்லினை சுரைவிதைபோல்
தம் கையிலே விழகாண்பார்.

பாடல் 316

பாடங்கள் படித்தாலும் பொருள் தெரியாதவர்கள்
வெறுக்கதக்கதை கூறும்போது, மேன்மையுடைய சான்றோர்,
மூடரைபெற்ற தாய்க்காக வருந்தி நாணத்தால்
தலை குனிந்து நிற்பர்.

பாடல் 317

பொருட்களை பெற்றுகொள்ளுகிற பொதுமகளிர் தோள்போல,
மேற்போக்காக கற்போருக்கு பொருள் விளங்கினாலும்
பொதுமகளிரின் மனம்போல், பொதிந்து கிடக்கும்
நுட்பமான பொருளறிவது அரிதாகும்.

பாடல் 318

புத்தகங்களை மிகுதியாக சேர்த்து வைத்து பொருளறியாமல்
வீடெல்லாம் நிறைத்துவைக்கும் அப்புலவர் வேறாகும்;
புத்தகத்தின் பொருளறிந்து விளக்கமாய் மற்றவருக்கு
தெரிவிக்கும் புலவர்கள் வேறாகும்.

பாடல் 319

காட்டுபசு கூட்டங்களை கொண்ட மலைநாடனே!
நூலின் பொருள்கூறும் பொழிப்புரை அகலஉரை,
நுட்பஉரை,விசேடஉரை, நான்கும் பொருளுரைக்காத
நூலிற்குச் சிறந்த உரையாகுமோ?

பாடல் 320

உயர்குடி பிறக்காதவர் எவ்வளவுதான் கற்றிருந்தாலும்
மற்றவர் சொற்களின் குற்றத்தை மறைக்கமாட்டார்,
நற்குடி பிறந்தோர் நூற்பொருளை அறியாதவரென
அறிந்தாலும் அறியாமல் இருப்பர்.

அதிகாரம்-33
புல்லறிவாண்மை

பாடல் 321

அறம் உறைக்கும் அன்புடையோர் வாய்மொழியை
நல்லோர், மதித்து ஏற்பர். பேதையோ
அவ்வாய்மொழியை பால்சோற்றின் சுவையை துடுப்பு
உணராததுபோல் இகழ்ந்து கூறுவான்.

பாடல் 322

தோலை கவ்விதின்னும் புலையரருடைய நாயானது,
பால் சோற்றின் சுவையை அறியாததுபோல்,
பொறாமை இல்லாதார் அறநெறியைக் கூறும்போது,
நற்குணமில்லாதார் காதால் கேளார்.

பாடல் 323

இமைக்கும் நேரத்தில் இவ்வுயிர் போகுமென்றே,
எவ்வகையிலும் பார்த்திருந்து திணையளவு அறவழியை
கேட்டு அவ்வழிசெல்லாத நாணமும், அறிவற்ற
மக்கள் இருந்தாலென்ன இறந்தாலென்ன?

பாடல் 324

வாழும் நாட்களில்உயிருக்கு அரணாகத்தக்க
நல்லறம் ஒன்றுமில்லை. பிறர்தூற்றும் பழிச்சொற்களோ
மிகப்பல இனிமையாகக் மகிழாது, தனித்திருந்து
பலருடனும் பகையாவதால் பயனென்ன?

பாடல் 325

கூடிய அவையிலே ஒருவரை இகழ்ந்து பேச,
அவரோ ஏதும் சொல்லாமல் பொறுத்திருந்தால்,
இகழ்ந்தவன் தீவினையால் அழிவான் அவனழியாது
வாழ்வானாகில் அவன் வியக்கதக்கவனே!

பாடல் 326

முதுமைப் வருவதற்கு முன்னமே அறநெறியை
மேற்கொண்டு அதனை முயன்று செய்யாதவன்,
வீட்டு வேலைக்காரியால் தள்ளப்பட்டு, வெளியேயிருவென
இன்னாச் சொற்களால்இகழப்படுவான்.

பாடல் 327

தாழும்இன்பம் அடையார் தகுதியுடையார்க்கும்
நன்மை செய்யார்; உயிருக்குக் காவலான
அறநெறியையும் சேரார்; செல்வத்திலே மயங்கியே
வாழ்நாளை வீணாகக் கழிப்பர்.

பாடல் 328

இளமையிலேயே, மறுபிறப்பிற்கு அறமாகிய சோற்றை,
எடுக்காமல், பணத்தை சிக்கெனபிடிக்கும் பேதையர்
இறக்கும்போது, சைகையால் காட்டும் பொன்னுருண்டையும்
புளிப்பான விளாங்காயாய் ஆகும்

பாடல் 329

வறுமையும், நோயும் வந்தபோதும், பேதையர்
மறுபிறவிக்கான அறநினைவின்றி இருப்பர்; அறஞ்செய்ய
ஆற்றலிருந்த வளமான காலத்தில், அறத்தைபற்றி
சிறுகடுகளவும் சிந்தனையில் கொள்ளார்.

பாடல் 330

அளவற்ற அன்பிற்க்கு உரியதான உயிரை
கொண்டு செல்லும் எமனை கண்டும்,
பேதையர், பொன்னான மனிதபிறவியில் வாழ்நாளை
அறநினைவு அற்றவராகி கழிக்கிறார்கள்.

அதிகாரம்-34
பேதைமை

பாடல் 331

எமன் உயிரை கொண்டுபோக எதிர்பார்த்திருக்க,
அதையுணராது வாழ்க்கையில்இறுமாந்திருப்பது கொலைஞர்
உலையில் ஆமையையிட்டு நெருப்புமூட்ட, நிலையுணராது
நீரில் விளையாடுதல் போலாம்.

பாடல் 332

குடும்பத்தின் காரியங்களை குறைவின்றி முடிக்கும்
அறச்செயலை யோசிப்போம் என்பவரின் பேதைமையானது,
கடலில் குளிக்கசென்று, கடலோசை முழுவதும்
நின்றபின் குளிக்கலாம் என்பதுபோல்,

பாடல் 333

நற்குலம், தவம், கல்வி, குடிப்பிறப்பு,
முதுமையெனும் ஐந்தும் பொருந்தியபோதும் பழமையான
சிறப்புடைய உலகியல்பை அறியாதிருப்பது, நெய்யில்லாத
பால் சோற்றுக்கு ஒப்பானது.

பாடல் 334

கற்கள் நல்லவையே பிறர்சொல்லை அறியாது,
சார்ந்தவருக்கு நிற்பதும்,நடப்பதும்படுப்பதும்,
உட்காருவதுமென்கிற, செயல்களுக்கு உதவுவதால், யாருக்கும்
உதவாத பேதையைவிட சிறப்பானதே.

பாடல் 335

பெறத்தக்க பயனொன்றும் இல்லாத போதும்,
பயனை பெற்றவனைபோல்,எதிர்காதவனிடம் பகைக்கொண்டு
துன்பந்தரும் சொற்களை கூறாவிடின் பேதையின்
நாக்கை தினவானது தின்றுவிடும்.

பாடல் 336

புன்னை மலர்தற்குரிய கடற்கரையையுடைய வேந்தனே!
தம்மிடம் விருப்பம் இல்லாதவரை, விருப்பம்
உள்ளவராக்குவோம், என்பவருறவு கல்லைக்கிள்ளி கையை
காயம் ஆக்குவது போலாகும்.

பாடல் 337

எரும்பாலெடுக்க, முடியாதெனினும் நெய்யின் பாத்திரத்தை,
சுற்றிக்கொண்டே இருக்கும். அதுபோல ஒன்றும்
கொடாதவராயினும் செல்வந்தரை சார்ந்த பேதைகள்
விடாமல் சுற்றிக்கொண்டு இருப்பார்கள்.

பாடல் 338

நல்லோரை சேரார், அறம் செய்யார்,
இல்லாதவருக்கு தரமாட்டார்; மனைவியின் தோள்களை
தழுவாமல் இப்படியெந்த பயனுமில்லாத பேதைகள்
வாழ்வில் வெறுப்படைய மாட்டார்களா?

பாடல் 339

தம்மை புகழ்ந்திட புகழுரைகளை விரும்பமாட்டோமென;
வெறுத்து புறக்கணிக்கும் நற்குணமில்லாதவரின் நட்பானது,
கடல் சூழ்ந்த உலகையே தருவதாயினும்
வாழ்வில் துன்பம் தருவதாகும்.

பாடல் 340

கல்வியும், மேன்மையும், பிறர்க்கூறவே பெருமையாகும்.
தன்னைத்தானே புகழ்ந்து கூறினால், அவனுக்கு
மைத்துனர் பலராவார் மருந்தாலும் தணியாத
பித்தன் என்றே இகழ்வார்கள்.

அதிகாரம்-35
கீழ்மை

பாடல் 341

நொய்யரிசியை வாயிலேயே போட்டாலும், கோழி
குப்பையை கிளறாமல் இருக்காது. அறநெறியுள்ள
நூற்ப்பொருளை எப்படி கூறினாலும் கீழானவன்
மனம்போன போக்கில் செல்வான்.

பாடல் 342

நல்லவைகளை கற்றுக்கொள்ள குற்றமற்ற பெரியோரிடம்;
'காலம் தாழ்த்தாது போகவேண்டும்' என்றுரைத்தால்
கீழானவன் தூங்கவேண்டும், என்றே போவானன்றி
வேறொன்றை சொல்லி போவான்.

பாடல் 343

மலையருவிகளை கொண்ட நாட்டின் மன்னனே!
மேலோர் மிகப்பெரிய செல்வத்தை அடைந்தாலும்
ஒழுக்கம் தவறார் கீழோரோ செல்வமிருந்தாலும்,
ஒழுக்கத்திற்கு மாறாக நடப்பர்.

பாடல் 344

மலயருவிகளை கொண்ட நாட்டு மன்னனே!
தினையளவு உதவி செய்தாலும் சான்றோர்
பனையளவாய் போற்றுவர் பனையளவு செய்தாலும்,
கீழோர், நினைக்ககூட மாட்டார்கள்.

பாடல் 345

தங்கதட்டிலே உணவை தந்தாலும் நாயானது,
எச்சில் சோற்றை பார்த்துக்கொண்டே இருக்கும்.
கீழானவனை எவ்வளவுதான் பெருமை செய்தாலும்
பெருமையிலிருந்து முழுவதும் மாறுபடுவர்.

பாடல் 346

ஆனைசக்கரமெனும் அரசுச்செல்வத்தை பெறினும், சான்றோர்
வரம்பற்று பேசார். எப்போதாவது முந்திரி
தொகையுடன் காணித்தொகை சேர்ந்திட கீழோர்
இந்திரன் போலவே நடந்துக்கொள்வார்.

பாடல் 347

குற்றமற்ற தங்கத்தில், நவமணிகளை பதித்து
செருப்பு செய்தாலும் காலில்தான் அணியமுடியும்.
கீழோர் எவ்வளவு செல்வம் பெற்றாலும்
மேல் நிலையில் வைக்கதகார்.

பாடல் 348

மலகளையுடய நாட்டின் மன்னனே! கீழோர்
கடுஞ்சொல்லில் வல்லவன்; இரக்கமில்லாதவன்; பிறர்துன்பத்தை
ரசிப்பவன்; கோபம் கொள்பவன்; எங்கும்
திரிந்து யாரையும் பழிப்பவன்.

பாடல் 349

பூக்கள் மலரும் கடலுடைய மன்னனே!
பின்னே நிற்பவரை பழக்கமுடையவரென மேலோர்
அவர்களிடம் இனியராயிருப்பர். கீழேரோ பின்னால்
நிற்பவரை விரும்பாது பழிப்பார்கள்.

பாடல் 350

புல்லை அறுத்துத் தின்பதற்குக் கொடுத்தாலும்
சிறிய எருதுகள் வண்டியை இழுக்காதே.
செல்வமே பெற்றிருந்தாலும் கீழ்மக்களை, செய்யும்
காரியத்தில் தெரிந்து கொள்ளலாம்.

அதிகாரம்-36

கயமை

பாடல் 351

இளவயதிலும் அறிவுள்ளவர், புலனடக்கி ஒழுக்காமாயிருப்பர்.

சிற்றறிவுள்ள கயவரோ வயதும் முதிர்ந்தாலும்

தீயதொழிலிலே உழன்று கழுகார் திரிந்து,

குற்றங்களை செய்துக்கொண்டு இருப்பார்.

பாடல் 352

நீரிலேயே வாழ்ந்தாலும் தவளைகள் தம்மீதுள்ள

அழுக்கை நீக்கிக்கொள்ளாது. அதுபோல, குற்றமற்ற

சிறப்பான நூல்களை கற்றாலும், அறிவற்றோர்,

பொருளுணர்ந்து கொள்ள மாட்டார்கள்.

பாடல் 353

நெருக்கமாக மலைகளுள்ள நாட்டின் மன்னனே!

ஒருவரின் குணத்தை கூறுவதற்கே அஞ்சும்;

நாக்கினால் குற்றத்தையே கூறுபவர்கள் நாக்கு

எந்த பொருட்களால் செய்யபட்டதோ.

பாடல் 354

நற்குலமகளிர் விலைமாதரைப்போல் ஒப்பனை செய்வதில்லை.

பொதுமகளிரோ புதுவெள்ளமாய் ஆடவருடன் கலந்து

பெண்மையை மேம்பட புனைந்து காட்டி

பொருட்களை கவர்ந்து செல்வார்.

பாடல் 355

இளந்தளிரின் மேலேயே நின்றாலும் தட்டாமல்;

செல்லாத உளிப்போல் கயவர்கள் கருணையுடையார்க்கு

ஒருதவியும் செய்யார்; தாக்கி துன்புறுத்துவார்க்கு

எல்லா உதவிகளையும் செய்வார்.

பாடல் 356

மலைவளத்தை நினைந்து மகிழ்வார் குறவர்;
விளைநிலத்தை நினைத்து மகிழ்வார் உழவர்;
செய்நன்றியை நினைத்து இன்புறுவர் சான்றோர்;
கயவனோ இகழ்ந்ததையே நினைத்திருப்பான்.

பாடல் 357

நன்மை செய்தவர் நூறு தவறிழைத்தாலும்
பொறுப்பர். சான்றோர் எழுநூறு நன்மைச்செய்தாலும்,
கயவருக்கு தவறிப்போயொன்று தீமையாய் நடந்திடினும்,
முன்செய்த நன்மைகளும்தீமையாகிவிடும்.

பாடல் 358

வறுமையுற்ற காலத்தும் நற்குடியார் உதவுவார்கள்
கயவர்கள் செல்வம்மிகுந்தாலும் உதவார் வாள்போன்ற
கண்களையுடையவளே! பன்றியின் கொம்பிலே, வைரத்தை
பூட்டினாலும் சினமிகுந்த யானையாகாது.

பாடல் 359

செல்வந்தராய் இன்றாவோம், இப்பொழுதாவோம், இன்னும்
சிலநாட்களில் ஆவோமென, சிந்தித்து கொண்டிருந்து
அப்படியே சொல்வதிலேயே மகிழ்ந்து நிறைவேறாததபோது
தாமரையிலையாய் மாண்டவர் பலராவர்.

பாடல் 360

நீரில்தோன்றி நிறம் பச்சையாகினும், ஈரமில்லை
நெட்டியில். நிறைந்த பெருஞ்செல்வம் வைத்திருந்தாலும்,
கயவர்கள் மனதில் பாறையை போன்ற
ஈரமில்லாதவர்களை இவ்வுலகம் பெற்றிருக்கிறது.

அதிகாரம்-37
பன்னெறி

பாடல் 361

மேகம்தவழும் மாடிகளோடு ,மாண்பான காவலோடு,
விளக்கு எல்லாம் நிறைந்தொளி வீசுவதாயினும்,
அன்பில்லாமனைவி பெற்றவன் வீடு எப்படியிருக்கும்?
பார்க்கூடாத சுடுகாடே ஆகும்.

பாடல் 362

எத்தனை கொடிய காவலிருந்தாலும், மகளிர்
ஒழுக்கம் தவறுவளாயின், அறிய சொற்களே
பேசினாலும் குற்றம், செய்தகாலம் குறைவானாலும்
ஒழுக்கமில்லா காலங்கள் பெரிதாகும்.

பாடல் 363

கணவன் சொல்லை எதிர்ப்பவள் எமன்;
காலையில் சமைக்காதவள் போகாத நோய்;
சமைத்ததை தராதவள் பிசாசு; இம்மூவரும்
கணவனை கொல்லும் கொலைக்கருவிகள்.

பாடல் 364

இல்லறத்தை நீக்கென கூறியும் நீக்காதவனாய்,
பறையொலிகேட்டு இல்லறம் நிரந்தரமில்லையென அறியாதவனும்,
மறுபடியும் ஒருத்தியை மணந்து மயக்கமுடையவனும்,
தானேக்கல்லை தலையில் போட்டவனாவான்.

பாடல் 365

தவம்போல் வாழ்வது தலையாய நிலையாகும்;
இல்லறத்தில் வாழ்வது இடைப்பட்ட நிலையாகும்
கிடைக்காதென அறிந்தும் அவர்களின் பின்னேபோவது
கடையான கீழான நிலையாகும்.

பாடல் 366

படித்தே கழிப்பார்; வாழ்க்கையை முதலாமவர்,
பொருட்களோடு அனுபவித்து கழிப்பார்கள். இடைப்பட்டவர்,
கடையோ, உணவு செல்வமில்லையென்று வெறுப்பினால்
தூக்கமின்றி காலமெல்லாம் வருந்துவார்கள்.

பாடல்367

நல்ல நெற்களால் உண்டான விதைகளான
செந்நெல் விதைப்போட்டால் செந்நெல்லே விளையும்,
செந்நெல் வயல்நிறைந்த நாட்டின் மன்னனே!
தந்தையின் அறிவவைப்போலவே மகனுமிருப்பான்.

பாடல் 368

செல்வமுள்ள, சான்றோரும், தந்நிலையிலிருந்து தாழ்ந்து,
புறப்பெண்களை வைத்துக்கொள்வதால் கீழ்மக்களும் உயர்ந்து
கால்பக்கம் இருக்கவேண்டியது தலைப்பக்கமாகும், குடையைப்போல,
உலகம் கீழும் மேலுமாகும்.

பாடல் 369

மணிகளோடுவிழும் அருவிகளையுடைய நாட்டின் மன்னனே!
நண்பர்களின் மனதிலிருக்கும் துன்பங்களை எடுத்துக்கூற,
அத்துன்பத்தை போக்காத கல்மனம் உடையவர்கள்
வாழ்வதைவிட சாவதே மேல்.

பாடல் 370

புதுவெள்ளமும், பொதுமகளிரும் ஆராய்ந்தால் வேறல்ல,
புதுவெள்ளம் மழைநிற்க நீங்கும், அதுபோல்
பொதுமகளிரின் அன்பும் பொருளில்லாமல் போனால்
உடனே காணாமல் போய்விடும்.

அதிகாரம்-38
பொதுமகளிர்

பாடல் 371

விளக்கின் ஒளியும் வேசியின்நட்பும்
ஆராய்ந்து பார்த்தால் வேறுவேறல்ல.. எண்ணெய்
வற்றிட விளக்கொளி போகும்.. வேசியர்
கைப்பொருள் கரைய நீங்கிடுவார்.

பாடல் 372

பொன்னும் மணியோடு இருந்தபோது, விலைமகளோ
மலையுச்சியிலிருந்து வீழ்ந்து இருவருமொன்றாய் உயிர்
துறப்போமென்றாள், பொருளிழந்தபின் காலில் வாதமென்று
அம்மலைக்கு வராமல் போனாளே.

பாடல் 373

அழகியிடமான தேவருலகில் தொழப்படும் சிவந்த
திருமாலை போன்றவராயினும், பொருளில்லாத ஒருவரை,
பறிப்பதைப்போல் இளந்தளிர் மேனிகொண்ட வேசியர்,
கையால் கும்பிட்டு அனுப்பிடுவர்.

பாடல் 374

அன்பில்லா மனமும், குவளைமலர்ப்போல் கண்ணுமுள்ள,
வேசியர்க்கு பொருளில்லாதவர் விஷம்போல் விரும்பாதவர்,
மிகுதியாக பொருள் வைத்திருப்பவர் அம்மகளிருக்கு
சர்க்கரைப்போல் இனிப்பவர் ஆவார்.

பாடல் 375

தெளிந்த பொய்கையிலே பாம்புக்கு தலையைக்காட்டி,
மீனுக்கு வாலைக்காட்டும் விலாங்கு மீனின்
செயலையொத்த வேசியரின் தோள்களை, மிருகத்தை
போன்ற அறிவற்றவர்கள் தழுவுவார்கள்.

பாடல் 376

நூலும் மணியுமாக, பிரியாத அன்றில்பறவைப்போல்,
பிரியேன் என்றுரைத்த பொன்வளையலாள் போர்ச்செய்யும்
ஆட்டுக்கடாப்போல் குணம் மாறினாள், அவளிடம்
நெஞ்சே நிற்பாயா? போவாயா?

பாடல் 377

காட்டு பசுவைப்போல், கட்டித்தழுவி கைப்பொருளை
கவர்ந்தப்பின், வறுமையுற்றதும் அவரை கண்டதும்
குப்புற படுத்துக்கொள்ளும் வேசியிடம் ஏமாந்தவர்,
ஏளனமாய் சிரிக்க பெறுவார்கள்.

பாடல் 378

அழகில் மயங்கியிருக்கும்போது பொருளை கைப்பற்றி
வறுமையுற்றதும், ஆட்டுகடாவின் முறுக்கேறிய கொம்புப்போல்
மாறுபட்டு, மான்போல் பார்க்கும் வேசிகளின்
முலைகளை சான்றோர் விரும்பார்.

பாடல் 379

ஒளிவீசும் நெற்றியுடைய வேசிகள் துன்பம்
தருவதை மறைத்து பேசிய ஆசை மொழிகளை
நம்பி, 'எனக்குறியவளென' நினைப்பர் நினைக்கட்டும்!
வேசியர் யாருக்கும் உரிமையல்லர்.

பாடல் 380

ஒளிபொருந்திய நெற்றியுடைய வேசியின்
மனம் ஒருவனிடத்தேயிருக்க, தம்மை அடைந்தவரெல்லாம்
ஆசையுடையவராய் பேசும் போலிச் சொற்களை உணர்ந்தும்
வேசியின் உடலை விட்டொழிவதில்லை.

அதிகாரம்-39
கற்புடைமகளிர்

பாடல் 381

அரிய கற்பினையயுடைய இந்திராணியை போன்ற
மகளிரேயாயினும் தன்னை அடையவே பின்னால்
நிற்காமல் தன்னை காத்துக்கொள்ளும் பண்புடையவளே
சிறந்த மனைவி ஆவாள்.

பாடல் 382

குடத்துநீரையே காய்ச்சி குடிக்கும் வறுமை
வந்தாலும், கடல்நீரே வற்றுமளவுக்கு குடிக்கதக்களவிற்க்கு
சுற்றத்தார் வந்தாலும், விருந்தோம்பல் செய்பவளே
இல்வாழ்க்கைக்குறிய குணம் உடையவளாவாள்.

பாடல் 383

நாற்புறமும் சுவரிடிந்து கூரையின் மேலிருந்து
மழைநீர் விழுவதாயினும், இல்லறக் கடமையைச்செய்து,
ஊரே புகழுமாறு கற்பினையுடைய மனைவியிருக்கும்
இல்லமே சிறந்த இல்லமாகும்.

பாடல் 384

கண்ணுக்கு இனியவளாய், கணவனுக்காக தன்னை.
அலங்கரித்து, அச்சமும் நாணமும் உடையவளாய்,
ஊடல் கொண்டு நீங்கி இன்பந்தரும்,
இனியவளே நல்ல பெண்ணாவாள்.

பாடல் 385

நாள்தோறும் கணவர் தோளை தழுவியெழுந்தாலும்
முதல்நாளின் நாணம் போலவே இன்றும்
நாணுகிறோம். பொருளாசையால் வேசியர் எப்படித்தான்
நாணத்தை விட்டு தழுவுகிறார்களோ.

பாடல் 386

வள்ளலிடம் கிடைத்த செல்வம், பேரறிவாளின்
கல்விப்போல் யாவர்க்கும் பயன்படும். நாணமுள்ள
குலமகளின் பேரழகு, வீரனின் கையிலுள்ள
வாளாய் நெருங்க முடியாததாகும்.

பாடல் 387

தாழ்ந்த கருங்கொள்ளும், உயர்ந்த செங்கொள்ளும்,
வாங்கினானாம் காசுக்கொடுத்து அதுபோல் அழகிய
வேசியை, அனுபவித்த கணவன் குளிக்காமல்
என்னையும் அனுபவிக்க வருகிறான்.

பாடல் 388

பாணனே! கொடுமையான சொற்களை கூறாதே!
உடுக்கையின் இடப்பக்கமாய் உதவாமல் இருக்கிறேன்.
அத்தகைய சொல்லை சொல்வதானால் உடுக்கையின்
வலப்பக்கமாயிருக்கும் வேசியிடம் சொல்.

பாடல் 389

கோரைபறித்த இடத்தில் நீர்சுரந்த வயலில்
தலைவன்மீது ஈயது பறந்தாலும் வருந்தியதும்யானே!
வேசியின் தீப்பறக்கும் முலைகள் மோதியே
கலைந்த மார்பை காண்பவளும்யானே!

பாடல் 390

பாணனே!அரும்புகள் மலர்கின்ற மாலையனிந்தயென்
தலைவன் எனக்கருள்வானென கூறாதே. நாங்கள்
கடைசி கரும்பாய் இருக்கிறோம் இடையிலுள்ள
கணுபோலுள்ள பரத்தையிடம் சொல்.

அதிகாரம்-40
காம நுதலியல்

பாடல் 391

கடலலைமோதும் கழிகளின் கரையுடைய மன்னனே!
கணவருடன் புணராவிடின் மேனியில் பசலை வரும்;
ஊடலில்லாவிட்டால் காதல் சுவையயற்று போகுமெனவே,
கூடலுக்குபின் ஊடுதல் நெறியாகும்.

பாடல் 392

விரும்பிய தலைவனின் மாலையணிந்த மார்பை,
பூரிக்க தழுவும், மகளிருக்கு தலைவன் பிரிந்தது,
இம்மெனும் ஒலியுடன் பொழியும் மழையின்யோசை
சாவின் பறையாய் ஒலித்தாதம்.

பாடல் 393

வேலைகளை முடித்து கம்மாளர் எடுத்துவைக்கும்
மயங்கும் மாலை வேளையில் மலர்களை
மாலையாக்கி கையில் வைத்திருந்தால் தலைவனில்லாத
மகளிருக்கு மாலையால் பயனென்ன

பாடல் 394

மாலை நேரத்தை கண்டு வருந்தி,
கண்ணீரை விரல்களால் எடுத்தெறிந்து விம்மியழுது,
பிரிந்த நாட்களில் தோளையே தலையணையாக்கி,
யான்வராத குற்றத்தையெண்ணுவாளோ?

பாடல் 395

கண்களை மீனென கருதியே பின்னால்
சென்றது. பறவை ஊக்கத்துடன் முயன்றும்,
ஒளிமிக்க புருவத்தை வில்லென நினைத்து
கண்களை கொத்தாமல் விட்டுவிட்டது.

பாடல் 396

செவ்வல்லி இதழும், சிற்றிடையுள்ள என்மகள்,
செம்பஞ்சுக்குழம்பை பாதத்தில் பஞ்சினால் தடவினால்,
மெல்லயெனவே காலை இழுத்துக்கொள்வாள் அப்பாதங்கள்
கற்களின் பாதையில் நடந்ததெப்படியோ?

பாடல் 397

ஓலையிலெழுதும் ஒலியடங்கும் மாலையில், தலைவனை
நினைத்து, மாலையை வீசியெறிந்து, அழகியமுலைகளில்
பூசிய சந்தன குழம்பையும் உதிர்த்து
துன்புற்று அழுதாள் பிரிவில்.

பாடல் 398

பாலைவழியிலே காளைப்போன்ற காதலனுடன் நடந்துச்செல்லும்
ஆற்றலுல்லதோ என்றே கேட்கிறாய்? ஒருவன்
குதிரையை பெறும்போதே ஏறுவதையும் கற்கிறானென்பதால்
காதலன்பின் செல்லுதல் அறிதன்று.

பாடல் 399

முலைக்காம்பும் முத்துமாலையும் தழுவலின் காரணத்தை
நானறியேன்! திருமகளை போன்ற என்மகள்,
மான்கூட்டங்கள் புலிக்கஞ்சும் வழியில் என்னைப்பிரிந்து
காதலனுடன் செல்வதற்கு தழுவினாளோ?

பாடல் 400

முக்கண்ணுடையானும், காக்கையும், பாம்பும், எனைப்பெற்றதாயும்
என்னக்குற்றம் செய்தனர்? ஒருக்குற்றமும் செய்யவில்லையே!
பொன்னிற முலைகளையுடைய தோழியே பொருளாசையால்
தலைவன் பிரிந்தது குற்றமா?.
!!!!! முற்றுப்பெற்றது !!!!

நன்றி

இந்த நாலடியார் பாடலின் உட் கருத்துகளை எளிய முறையில் கொடுக்க முயற்சி செய்து என்னால் முடிந்தவரை நடைமுறை வார்த்தைகள் கொண்டு கருத்துகளை புரிய வைக்க முயற்சி செய்து உள்ளேன் .

இதில் இருக்கும் தவறுகளை பொருத்து எனக்கு தெரிவித்தால் திருத்தி கொள்ளவும் மேலும் அடுத்த முறை வராமல் சரி செய்து கொள்ளவும் நன்றாக இருக்கும்

இந்த புத்தகத்தை வாங்கி வாசித்த அன்பர்களுக்கு என் நன்றியை காணிக்கையாக சமர்ப்பிக்கிறேன்

அன்புடன்

சூரியபுத்திரன்

www.ingramcontent.com/pod-product-compliance
Lightning Source LLC
Chambersburg PA
CBHW020739160726
47993CB00006B/2525